ÞORSTEINN SIGLAUGSSON

Frá óvissu til árangurs

Skýr hugsun og listin að taka betri ákvarðanir

Fyrst gefin út af Mjaldri útgáfu 2024

Fyrsta útgáfa

ISBN: 978-3-8347-4987-1

Hönnun kápu: Iqra Qutub

Efnisyfirlit

Formáli

Þessi litla bók byggir á greinasafni sem ég skrifaði haustið um aðferð við kerfismiðaða, röklega úrlausn vandamála og ákvarðanatöku. Greinarnar byggja svo aftur á stuttri kynningu sem ég setti saman til að geta kynnt aðferðina í fljótu bragði án þess að þurfa að grípa til of tæknilegra eða óhlutbundinna hugtaka. Aðferðin nefnist á ensku *Logical Thinking Process* og ég hef kosið að nefna hana röklegt umbótaferli á íslensku.

Markmið þessarar bókar er að kynna aðferðina með með því að beita henni á einfalt dæmi úr daglega lífinu og raunhæf dæmi úr rekstri fyrirtækja, auk þess að veita stutt yfirlit yfir þær fræðilegu undirstöður sem hún byggir á.

Bókin er hugsuð sem inngangsrit fremur en tæmandi leiðarvísir. Jafnvel þótt beiting röklegs umbótaferlis kunni að virðast einföld við fyrstu sýn, er hér um að ræða krefjandi aðferð sem krefst strangrar þjálfunar og mikillar æfingar til að ná góðum tökum á henni. Í bókarlok má sjá lista yfir bækur og annað efni um aðferðina, auk upplýsinga um valkosti sem í boði eru varðandi þjálfun í beitingu hennar.

Bókin kom upphaflega út á ensku árið 2020, undir nafninu *"From Symptoms to Causes - Applying the Logical Thinking Process to an Everyday Problem"* og hefur síðan náð fótfestu sem eitt helsta inngangsritið um röklegt umbótaferli. Í þessari nýju íslensku útgáfu hefur verið bætt við ýmsum dæmum um notkun aðferðafræðinnar og umfjöllun um ýmsa þætti hennar dýpkuð, auk þess sem sérstakur kafli er helgaður hagnýtingu gervigreindar við röklega greiningu.

Inngangur

Að breyta leiknum

Röklegt umbótaferli grundvallast á nálgun *Theory of Constraints*, sem þróuð var af Dr. Eliyahu M. Goldratt, höfundi metsölubókarinnar *The Goal* og frumkvöðli í nútíma framleiðslu- og ferlastjórnun, sem aðferð til að bæta ákvarðanatöku innan skipulagsheilda. Tilgangur Goldratts var að hjálpa fólki að nýta afleiðslurökfræði betur til að greina flóknar skipulagsheildir og leysa erfið kerfislæg vandamál með skýra hugsun að vopni.

Aðferðin var svo endanlega útfærð í bók H. William Dettmer, „*The Logical Thinking Process – A Systems Approach to Complex Problem Solving*", en þar er hún sett fram sem heildstætt ferli sem hefst á því að skilgreina markmið skipulagsheildarinnar og lýkur á nákvæmri áætlun um úrbætur. Það sem gerir röklegt umbótaferli frábrugðið flestum öðrum greiningar-aðferðum er tvennt. Annars vegar að aðferðin er kerfismiðuð sem merkir að samhengi orsaka og afleiðinga er ávallt skoðað út frá skipulagsheildinni allri, fremur en einstökum hlutum hennar. Hins vegar krafan um röklega gilt og sannreynt orsakasamhengi á öllum stigum greiningarinnar, með öðrum orðum krafan um skýra röklega hugsun. Leiða má að því líkur að skortur á einmitt þessu tvennu sé ein meginorsök þess hversu oft breytinga- og umbótaverkefni innan skipulagsheilda mistakast.[1]

En hvers vegna ætti einhver vilja læra að hugsa skýrt og rökrétt? Er það ekki eitthvað sem við öll getum gert? Það er að vissu leyti rétt. Flest okkar geta dregið réttar ályktanir af þeim staðreyndum sem okkur eru kynntar, greint rökvillu í einfaldri, rangri, ef-þá fullyrðingu, eða komist að traustri niðurstöðu út frá gildum forsendum.

Hins vegar geta flest okkar aðeins gert þetta upp að vissu marki, einungis svo lengi sem aðstæðurnar eru ekki of flóknar. En í veruleikanum eru aðstæður mjög oft flóknar.

Ég horfði nýlega á heimildarmynd um Magnus Carlsen, fyrrum heimsmeistara í skák. Carlsen er sannkallað undrabarn. Hann varð stórmeistari í skák þegar hann var þrettán ára, og tuttugu og þriggja ára var hann orðinn heimsmeistari. Eins og flest okkar vita er skák íþrótt sem byggir á rökhugsun. Skákmaðurinn þarf að leggja á ráðin og meta möguleg viðbrögð andstæðingsins, ekki aðeins í næstu leik heldur mörgum leikjum fram í tímann. Möguleikarnir verða fljótlega svo margir að flest okkar gefast upp á að reyna að spá fyrir um þá. Þetta er ástæðan fyrir því hversu erfitt það er að ná frábærum tökum á skák.

Eftirminnilegasta atriðið í myndinni var þegar Carlsen tefldi við hóp frábærra skákmanna, nemenda við lagadeild Harvard háskóla og vann þá alla.[2] Að vinna þá

---

[1] https://www.mckinsey.com/business-functions/organization/our-insights/how-to-beat-the-transformation-odds

[2] https://www.imdb.com/title/tt5471480/

alla var auðvitað afrek sem við myndum fæst láta okkur dreyma um. En meðan á fjölteflinu stóð var Carlsen í raun með bundið fyrir augun. Hann þurfti ekki aðeins að muna hverja stöðu nákvæmlega. Hann þurfti einnig að móta í huganum eigin áætlun gagnvart hverjum andstæðingi án þess að hafa sjónræna tilvísun í taflborðið. Hann keyrði í huganum mörg flókin kerfi af ef-þá fullyrðingum. Og vegna reynslu hans má gera ráð fyrir að hann geti oft séð á augabragði hvert leikurinn stefnir án mikillar greiningar. En ef venjulegt fólk reyndi að spá fyrir um fimm leiki í skák í huganum kæmi lítið út úr því.

En nú skulum við gera ráð fyrir meiri tíma og öflugu hjálpartæki, myndrænu tré mögulegra leikja og mótleikja sem nota mætti til að sjá fyrir sér þróun leiksins. Þetta myndi breyta stöðunni, ekki satt? Með myndrænni greiningu ættum við mun auðveldara með að spá fyrir um fimm leiki fram í tímann og sú spá þyrfti alls ekki að vera vera lakari en hjá Carlsen.

Hvað segir það okkur? Það segir okkur að jafnvel þótt ekkert okkar geti spáð fyrir um röð leikja í huganum eins og Carlsen gerir, er í raun enginn munur á hæfileikanum til að hugsa rökrétt sem slíkum. Það tekur okkur bara lengri tíma og við þurfum réttu verkfærin til að gera það. Því það er ekkert dularfullt við skák. Þvert á móti lýtur hún röklegum reglum, og ef tíminn er nægur getur hvert okkar sem er hugsað rökrétt og skilið hvernig eitt leiðir af öðru á taflborðinu.

Leiðum nú hugann að áætlunum. Ekki áætlun skákmannsins, ekki hernaðaráætlunum á vígvellinum, heldur áætlunum fyrirtækja á markaði. Í viðskiptum, rétt eins og í skák, er markmiðið að sigra, að skara fram úr í samkeppninni. Til að nálgast markmiðið verður fyrirtækið að fylgja stefnu sem færir það í rétta átt. Aðgerðirnar þarf að móta og spá verður fyrir um aðgerðir og viðbrögð keppinautanna. Og þetta verður að hugsa marga leiki fram í tímann rétt eins og í skák.

Mögulegir leikir eru vissulega færri. En í staðinn höfum við aðrar flækjur í rekstri fyrirtækja og stofnana sem við höfum ekki í skák. Í skákinni nægir að hugsa um skákmennina og hernaðaráætlanir þeirra. En í rekstri þarf líka að huga að markaðnum, stjórnvöldum, ytra umhverfi sem við höfum ekki stjórn á og sem getur breyst á ófyrirsjáanlegan hátt.

Og ennfremur: Á skákborðinu getum við fært taflmennina til eins og okkur sýnist. Riddarinn er kyrr á sínum stað þegar ég hef leikið honum. En riddararnir, biskuparnir og hrókarnir í fyrirtækjum og stofnunum eru ekki jafn meðfærilegir. Ef mannlegi riddarinn beitir óvirkri andspyrnu í stað þess að sinna því hlutverki sem honum er ætlað í áætluninni getur það sett hana alla í uppnám. Ef peðin gera uppreisn þarf að leita nýrra leiða til að hrinda stefnunni í framkvæmd. Með öðrum orðum er ekki nóg að þurfa að taka tillit til ytra umhverfis sem oft getur verið ófyrirsjáanlegt, heldur verður einnig að huga að innra umhverfi sem meðal annars mótast af duldum áætlunum, ósýnilegum tengslum, persónubundnum markmiðum og hagsmunum sem oft eru ekki sjáanleg á yfirborðinu.

Hvað þýðir þetta? Ef skýr myndræn greining er nauðsynleg til að sjá fimm leiki fram í tímann á taflborðinu, hvað þá þegar kemur að því að móta trausta stefnu fyrir fyrirtæki, sem takast á við ófyrirsjáanlegt ytra og innra umhverfi? Eða greina flókna stöðu til að finna rætur vandamála og móta lausnir? Í slíkum tilfellum skiptir öllu máli að hafa skýran ramma, byggðan á traustu röklegu samhengi og strangri prófun á tilgátum, til að hjálpa okkur að byggja upp myndrænar og skýrar áætlanir og greiningar.

Röklegt umbótaferli er einmitt slíkur rammi. Það hjálpar okkur að skilgreina markmið með skýrum hætti, draga fram rætur óæskilegra afleiðinga sem við upplifum og afhjúpa rangar forsendur og togstreitu sem oft útskýra rótarorsakir. Að lokum er það frábært tæki til að útfæra stefnu og auka líkur á árangursríkri innleiðingu hennar.

Að lokum er það ekki síður mikilvægt að röklega umbótaferlið hjálpar okkur ekki aðeins að skipuleggja eigin hugsanir og greiningar. Því með því að sýna myndrænt tengslin á milli orsaka og afleiðinga, þannig að allir geti skilið þau, verður miklu auðveldara fyrir þá sem ekki taka þátt í að vinna greininguna að skilja hana, finna villur í röksemdafærslunni og fínstilla hana. Þannig er röklega umbótaferlið traustur rammi til að efla samstarf og bæta samskipti.

Röklegt umbótaferli hjálpar okkur að hugsa skýrar, að sjá í gegnum flókin net orsaka og afleiðinga - rétt eins og myndræn framsetning skákarinnar hjálpar okkur að skilja hana - og miðla innsýn okkar til annarra á skýran og sannfærandi hátt.

Fyrsti hluti

Röklegt umbótaferli

Yfirlit

Allar skipulagsheildir eru kerfi. Eftir því sem kerfi stækka verða þau flóknari. Það sem einkennir slík kerfi er að atburður sem á sér stað á einum stað hefur áhrif á aðra hluta kerfisins, og hvernig þetta gerist er oft ekki augljóst. Með öðrum orðum, það er alltaf orsakakeðja, og hún er ekki alltaf auðgreinanleg. Þetta þýðir að ákvarðanir sem við tökum geta oft haft óvæntar afleiðingar. Stundum skyggja formleg skipurit og boðleiðir á raunverulega orsakasamhengið og geta jafnvel skapað hvata sem torvelda okkur að skilja það.

Í öðru lagi er það algengt - allt of algengt - að ákvarðanir okkar byggist á röngum forsendum. Rangar forsendur eru skaðlegar, því þær endurspegla ranga sýn á raunveruleikann. Stundum eru þessar forsendur ómeðvitaðar - við gerum okkur ekki grein fyrir þeim. Stundum erum við fullkomlega meðvituð um þær, en skiljum ekki neikvæðu áhrifin sem þær hafa á ákvarðanir okkar og þar með á kerfið. Að lokum getum við verið meðvituð um forsendurnar og einnig meðvituð um skaðlegar afleiðingar þeirra, en ófær um að finna annan kost. Að greina keðjur orsaka og afleiðinga, afhjúpa rangar forsendur og fjarlægja togstreituna að baki þeim - þetta er það sem röklegt umbótaferli hjálpar okkur að gera.

Röklega umbótaferlið er hannað til að hjálpa okkur að hugsa skýrt og kerfismiðað og taka þannig betri ákvarðanir. Ferlið samanstendur af fimm skrefum, sem byggja ýmist á nauðsynjatengslum eða nægjanleikatengslum. Krafan um gild röktengsl og að tilgátur séu sannreyndar er í raun lykillinn að öllu þessu ferli og það sem greinir það frá flestum öðrum slíkum aðferðum. Auk skrefanna fimm er óaðskiljanlegur hluti aðferðarinnar ítarlegur gátlisti, notaður til að sannreyna sérhverja staðhæfingu og orsakatengsl í greiningunum.

Fyrsta skrefið, markmiðsgreiningin, er notað til að skilgreina eitt markmið sem stefnt er að og hvaða skilyrði verða að vera uppfyllt til að það náist.

Næsta skref er rökleg rótargreining, sem notuð er til að finna rótarorsakirnar sem hindra að markmiðið náist.

Þriðja skrefið er að beita togstreitugreiningu til að varpa skýru ljósi á og losna við undirliggjandi átök eða mótsagnir sem hindra að leyst sé úr rótarorsökum.

Að þessu loknu er lausnagreining notuð til að ganga úr skugga um hvort og þá nákvæmlega hvernig þær hugmyndir að úrlausnum sem fram hafa komið muni leiða að markmiðinu og hvort þær gætu haft óæskilegar afleiðingar sem fást þurfi við.

Að lokum er hindranagreining notuð til að komast að því hvort einhverjar hindranir standa í veginum og hvað gera þarf til að yfirvinna þær.

Það fer eftir verkefninu hvort maður fer í gegnum allt ferlið eða velur einstaka hluta. Stundum er nóg að útfæra markmiðsgreiningu. Þetta gæti verið tilfellið þegar um er að ræða nýtt verkefni til dæmis eða þegar verið er að koma nýrri starfsemi á legg. Stundum getum við farið beint í togstreitugreiningu og í öðrum tilfellum, ef markmiðið liggur þegar ljóst fyrir, gæti verkefnið hafist á röklegri rótargreiningu. Lausna- og hindragangreiningu má oft beita sjálfstætt til að leggja mat á verkefni sem þegar hafa verið skilgreind.

Þar sem tilgangurinn hér er að útskýra ferlið í heild sinni, er farið í gegnum öll skrefin til að sýna hvernig verkfærin fimm virka og hvernig þau tengjast saman.

Besta leiðin til að gera óhlutbundna aðferð skýra og skiljanlega er að nota dæmi. Dæmið sem hér er notað snýst ekki um flókið rekstrartengt viðfangsefni, heldur viðfangsefni úr daglega lífinu sem allir geta skilið og tengt við. Rétt er að hafa í huga að röklegt umbótaferli er ekki aðeins ætlað til að leysa flókin skipulagsleg vandamál, það er rammi sem hægt er að nota á nánast hvaða viðfangsefni sem er, þótt gildi aðferðarinnar aukist með auknu flækjustigi aðstæðnanna sem fengist er við.

Í næstu köflum er sýnt, skref fyrir skref, hvernig röklegt umbótaferli er notað til að finna og leysa úr vandamálum. Fyrst er fjallað um hvernig á að byggja upp markmiðsgreiningu. Síðan hvernig komast má að rótarorsökum að baki vandamálum með því að nota röklega rótargreiningu. Þar næst er fjallað um notkun togstreitugreiningar til að leysa úr árekstrum og togstreitu sem oft skýra rótarorsakir vandamála. Þar á eftir er fjallað um hvernig lausnagreining og hindranagreining eru notaðar til að útfæra og prófa mögulegar lausnir og fást við hindranir sem kunna að vera í veginum. Að lokum eru svo meginatriðin dregin saman ásamt yfirliti yfir rökreglurnar sem ferlið grundvallast á. Í öðrum hluta eru rakin nokkur dæmi um beitingu röklegs umbótaferlis, í heild eða að hluta, til að leysa úr vandamálum. Í þriðja hluta er fjallað um gervigreind, áskoranirnar sem henni fylgja gagnvart hugsun okkar og ákvarðanatöku og hvernig nota má hana til að flýta fyrir röklegri greiningu og bæta hana.

Markmið og leiðir

Notkun markmiðsgreiningar til að skilgreina markmiðið sem við stefnum að og hvað er nauðsynlegt til að ná því.

Vandamálið

Vandamálið sem ég þarf að leysa tengist húsinu mínu og garðinum. Húsið lítur illa út, það kemur vond lykt upp úr niðurfallinu í þvottahúsinu mínu, grasflötin grær illa og gangstéttin er ójöfn. Markmið mitt er að eiga snyrtilega eign sem haldið er vel við, í stuttu máli, hús sem nágrannar mínir geta dáðst að. En það er bil á milli þess sem ég vil og þess sem ég hef.

Byrjum á að stilla viðfangsefninu upp myndrænt. Á *mynd 1* sjáum við hvernig vandamálin sem rakin eru hér að ofan leiða til þess að heimili mitt er jafn óásjálegt og raun ber vitni.

Mynd 1: Vandamálin

Það fyrsta sem flest okkar myndu væntanlega gera strax er að vinda okkur í að leysa vandamálin. Vökva garðinn, þrífa gluggana og svo framvegis, eins og við sjáum á *mynd 2*. Við gerum þetta af eðlishvöt – við verðum vör við vandamál og þá reynum við strax að leysa það. En vandinn við þessa algengu nálgun er að við erum sífellt að lagfæra afleiðingarnar, ekki orsakirnar, og oft vitum við alls ekki hvort lausnirnar muni virka, jafnvel til skamms tíma, og höfum kannski enga hugmynd um hvort þær gætu haft ófyrirséðar neikvæðar hliðarverkanir. Er ástæðan fyrir ástandinu á grasflötinni raunverulega skortur á vatni og áburði, eða gæti það skýrst af öðru? Gluggarnir verða vissulega hreinir ef við þvoum þá, en verða þeir hugsanlega aftur orðnir óhreinir fljótlega? Er einhver sérstök ástæða fyrir því?

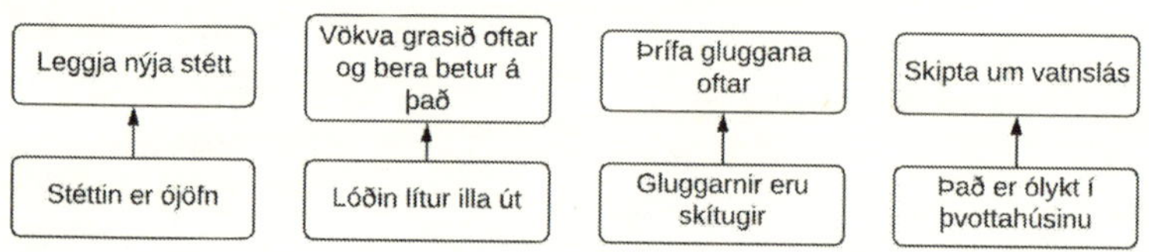

Mynd 2: Að hrapa að ályktunum.

Með öðrum orðum höfum við tilhneigingu til að sleppa greiningunni og stytta okkur leið, mjög oft án þess að vita í raun og veru hvort lausnirnar muni virka, hvað þá hvort þær muni taka á raunverulegu orsökunum. Og það er hér sem við sjáum fyrsta muninn á röklegu umbótaferli og venjulegri nálgun.

Skref 1: Markmiðsgreiningin

Röklega umbótaferlið býður okkur nefnilega ekki upp á að stytta okkur leið með slíkum hætti. Fyrsta skrefið er ekki einu sinni það að greina vandamálin. Þess í stað byrjum við á að skilgreina markmiðið. Til þess notum við markmiðsgreiningu. Hana notum við til að skilgreina endanlegt markmið sem við viljum ná, skilgreina hvaða lykilárangursþættir þurfa að vera til staðar til að það náist, og hvaða skilyrði þurfa nauðsynlega að vera uppfyllt til að ná þeim.

Árangursþættirnir og skilyrðin eru mikilvæg því það er ekki nóg að vita hvert við viljum stefna, við þurfum líka að gera okkur grein fyrir hvað þarf til að komast þangað. Og í markmiðsgreiningunni eru þessir árangursþættir og skilyrði nauðsynleg. Ef eitthvert þeirra er ekki uppfyllt er áreiðanlegt að markmiðið mun ekki nást. Þetta er það sem í rökfræðinni er kallað nauðsynjatengsl.

Markmiðsgreiningin er lykillinn að öllu ferlinu. Ástæðan er sú að þegar við viljum leysa vandamál verðum við fyrst að hafa skýra mynd af því hvert við erum að stefna og hvað þarf til að komast þangað. Annars skortir okkur þann fókus sem nauðsynlegur er til að tryggja að vandamálin sem við leysum séu í raun þau sem skipta máli. Við getum einnig orðað þetta þannig að vandamál sé ekki vandamál nema það hindri okkur í að ná fram umbótum eða viðhalda æskilegu ástandi.

Við sjáum markmiðsgreininguna fyrir dæmið okkar á *mynd 3*. Efst er markmiðið; Hús sem nágrannarnir dást að. Þar fyrir neðan eru lykilárangursþættirnir sem nauðsynlegir eru til að ná markmiðinu. Fyrir neðan þá eru skilyrðin sem uppfylla þarf til að ná þeim. Við lesum greininguna að ofan og niður. Hver ör bendir til nauðsynlegs sambands milli eininganna sem hún tengir. Dæmi: "Til að garðurinn sé fallegur verður hann að vera snyrtilegur og grasflötin verður að vera vel hirt".

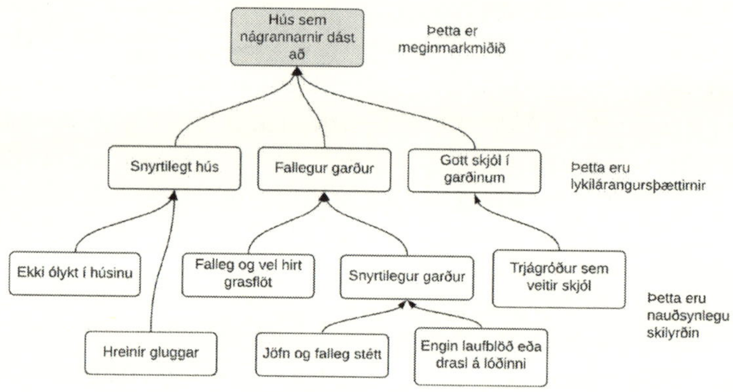

Mynd 3: Markmiðsgreiningin.

Nú höfum við sett fram markmiðið og skilgreint hvað er nauðsynlegt til að ná því. Í næsta kafla beitum við röklegri rótargreiningu til að komast að því hvað hindrar að markmiðið náist.

Til umhugsunar

Við fyrstu sýn lítur út fyrir að einfalt sé að vinna markmiðsgreiningu. En í raun er það gjarna mjög krefjandi. Fyrsta áskorunin er að skilgreina markmiðið. Þegar um afmarkað verkefni er að ræða er þetta ekki endilega svo erfitt, en þegar kemur að markmiðum fyrirtækja eða stofnana getur málið vandast. Þegar talað er um markmið skipulagsheildar er í raun verið að tala um tilganginn með tilvist hennar. Og hægt er að beita mismunandi nálgunum til að skilgreina hann. Við gætum t.d. sagt að fyrirtæki á samkeppnismarkaði hafi það ávallt að markmiði að hámarka hagnað. En í raun er það ekki endilega svo. Sum fyrirtæki eru til dæmis rekin aðeins vegna áhuga eigenda á starfseminni. Auðvitað lifa þau ekki af nema þau nái endum saman, en það er ekki tilgangur starfseminnar. Í fyrirtæki eða stofnun er svo ekki óalgengt að til séu margar mismunandi útgáfur af því hvert markmiðið eigi að vera. Og jafnvel þótt fólk sé almennt sammála er mjög algengt að yfirlýsta markmiðið sé óskýrt, jafnvel að það samanstandi af nokkrum mótsagnakenndum undirmarkmiðum. Sumar skipulagsheildir hafa svo að lokum ekkert markmið, nema það eitt að viðhalda sjálfum sér.

Í öðru lagi eiga næstum allir í fyrstu í vandræðum með að fylgja nauðsynjarökfræði markmiðsgreiningarinnar. Við erum mjög vön að telja upp kröfur fyrir markmið án þess að íhuga muninn á nauðsyn og því sem væri gott að hafa. En rökleg uppbygging markmiðsgreiningarinnar krefst þess að við losum okkur við allt sem er ekki nauðsynlegt. Þetta er einnig ástæðan fyrir því að markmiðsgreiningin er svo mikilvæg sem fyrsta skref í umbótaverkefnum - hún beinir sjónum að þeim vandamálum sem skipta raunverulegu máli, og frá þeim sem engin þörf er á að leysa.

Það er einnig mikilvægt að íhuga sambandið milli markmiðsins, tilgangs eða eðlis kerfisins sem slíks, og lykilárangursþátta og nauðsynlegra skilyrða. Markmiðið lýsir stundum tilgangi eða eðli kerfisins, en lykilárangursþættir og nauðsynleg skilyrði mótast alltaf af eðli kerfisins. Skýrum þetta: Ímyndum okkur að kerfið okkar sé bókabúð. Segjum að markmiðið sé einfaldlega að græða meiri peninga til lengri og skemmri tíma. Engin tilvísun til bókabúðar hér. En skilyrðin sem nauðsynleg eru til að uppfylla þetta markmið ráðast ávallt af því hvert kerfið er. Eitt gæti verið að bjóða upp á nægilega mikið úrval af bókum til að uppfylla þarfir markhópsins. Annað gæti tengst því að hafa stjórn á birgðum. Og svo framvegis; allt tengist því sem við gerum, jafnvel þótt markmiðið sé mjög almennt. Á hinn bóginn gætum við ákveðið að markmiðið sem slíkt innihaldi lýsingu á kerfinu, eða hlutverki þess. Að bjóða upp á mesta úrval vísindaskáldsagna í bænum gæti verið dæmi um slíkt markmið. Peningahlutinn gæti þá verið lykilárangursþáttur eða jafnvel nauðsynlegt skilyrði (því markmiðinu verður auðvitað ekki náð ef bókabúðin fer á hausinn).

Þegar um fyrirtæki er að ræða er líka mikilvægt að hafa í huga markaðinn sem fyrirtækið starfar á og skoða hverjir lykilþættirnir eru sem veita samkeppnisforskot á þeim markaði. Þessir lykilþættir hljóta að hafa áhrif á, og jafnvel stýra því hvernig við skilgreinum lykilárangursþættina í markmiðsgreiningunni. Þannig má fara þá leið að byrja á að skilgreina þessa þætti og skilgreina síðan markmiðið á grundvelli þeirra.

Að rekja sig að rótinni

Nægjanleikarökfræði beitt til að finna rót vandamálsins

Í fyrri kafla sáum við hvernig markmiðsgreining er notuð til að skilgreina hvað nauðsynlegt er til að ná því markmiði að eiga hús sem nágrannarnir dást að. Nú þegar við höfum skilgreint markmið okkar, lykilárangursþætti til að ná markmiðinu og nauðsynleg skilyrði til að uppfylla þá, vitum við hvað við þurfum. Við vitum líka að það sem við þurfum er ekki til staðar núna.

Skref 2: Röklega rótargreiningin

Í öðru skrefi röklega umbótaferlisins skoðum við vandamálin til að komast að því hvað veldur þeim. Til þess notum við röklega rótargreiningu.

Við byrjum á því að telja upp vandamálin. Þau grundvallast venjulega á lykilárangursþáttum og stundum nauðsynlegum skilyrðum sem birtast í markmiðsgreiningunni: Ég vil fallegan garð, en grasið vex ekki almennilega og lóðin er þakin laufum. Ég vil vel viðhaldið og snyrtilegt hús, en húsið mitt er óásjálegt og það lítur út fyrir að eitthvað gæti verið að pípulögnunum.

Við notum orðasambandið "óæskilegar afleiðingar" um þessi vandamál. Af hverju? Meginástæðan er sú að mjög oft er það sem við köllum vandamál ekki raunverulegu vandamálin. Þau eru frekar birtingarmyndir einhverra undirliggjandi orsaka, og það eru þær sem eru raunverulegu vandamálin: Vond lykt í þvottahúsinu er ekki vandamál í sjálfu sér, því ef svo væri myndi ég bara loka niðurfallinu og vandamálið hyrfi. En auðvitað gerist það ekki. Lyktin er aðeins óæskileg afleiðing - hún er einkenni undirliggjandi rótarorsakar. Með greiningunni komumst við að því hver hún er.

Á *mynd 4* sjáum við óæskilegu áhrifin efst og fyrir neðan þau byrjum við að telja upp mögulegar orsakir. Tökum eftir sporöskjunni utan um tvær af örvunum. Hún merkir að saman nægja orsakirnar til að framkalla afleiðinguna.

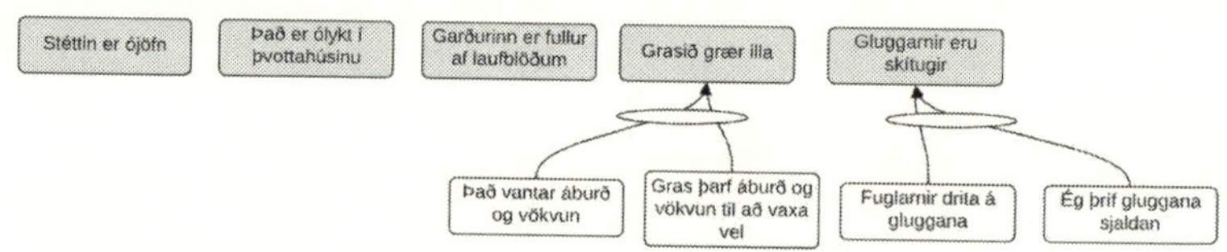

Mynd 4: Rökleg rótargreining. Fyrsta skref: Að prófa nokkrar mögulegar orsakir.

Skoðum sérstaklega mögulegu orsakirnar sem varða vatn og næringu, því úrlausn varðandi þetta var einmitt það sem við tiltókum í síðasta kafla í *mynd 3*. En þegar við höldum áfram með greininguna, sjáum við hvers vegna skortur á vatni og næringu er ekki það sem orsakar lélegt ástand grasflatarinnar, því þegar við beitum röklegri rótargreiningu könnum við ávallt réttmæti sérhverrar fullyrðingar og sérhverra röktengsla. Í þessu tilfelli vitum við einfaldlega að það skortir hvorki vatn né áburð. Þess vegna er útilokað að þetta séu orsakirnar.

Að rótum vandans

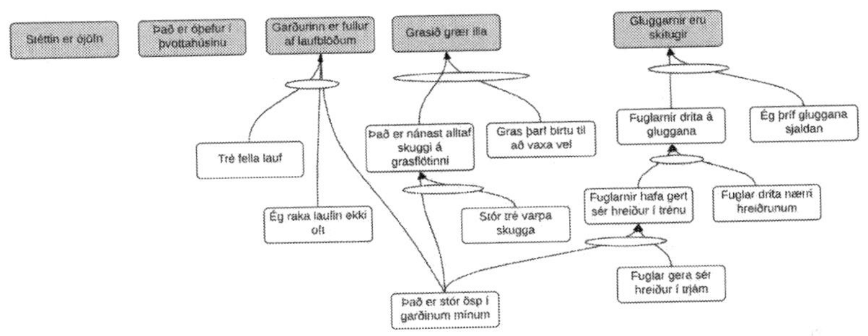

Mynd 5: Greiningin dýpkuð.

Á *mynd 5* höldum við áfram að dýpka greininguna, fyllum inn það sem við finnum út þegar við rannsökum málin. Við höfum fjarlægt ranga tilgátu að orsök vandamálsins með grasflötina og fundið trúverðugri orsök. Við dýpkum greininguna, en augljóslega eigum við enn nokkuð í land. Við vitum núna hvers vegna garðurinn er þakinn laufum. Við sjáum einnig að sama orsök er að baki því hversu skuggsælt er á grasflötinni. Það er tréð í garðinum okkar, eins og við sjáum á *mynd 5*. Tökum eftir formi röksemdafærslunnar: *Það er skuggi á grasinu OG gras þarf sólarljós til að vaxa, ÞESS VEGNA vex það ekki vel.* Báðar forsendur saman nægja til að framkalla niðurstöðuna. Þessi tegund röksemdafærslu er kölluð rökhenda[3] á íslensku, og vel unnar röklegar rótargreiningar eru fullar af gildum rökhendum.

En við vitum enn ekki hvers vegna fuglarnir drita á gluggana. Og við þurfum að kafa dýpra til að komast að orsökum ólyktarinnar í þvottahúsinu og ójafnanna á gangstígnum.

---

[3] https://www.visindavefur.is/svar.php?id=1996

Við byrjum á því að losa um nokkrar hellur til að athuga hvað gæti valdið ójöfnunum. Undir þeim sjáum við trjárætur. Svo það er greinilegt að rætur trésins liggja víða. Og hvað með gluggana? Er hugsanlegt að tréð laði að sér fuglana sem drita á gluggana? Við athugum það og þetta reynist vera skýringin. Og þar sem ræturnar þrýsta upp gangstéttarhellunum, er þá mögulegt að þær hafi einnig skemmt frárennslislagnirnar, og að það valdi ólyktinni? Lítum nú á *mynd 6*. Fullbúin rökleg rótargreining sýnir okkur hvernig rekja má allar óæskilegu afleiðingarnar til einnar rótarorsakar; það er stóra öspin í garðinum.

Það sem við sjáum hér er í rauninni mjög algengt: Vandamál sem á yfirborðinu virðast ótengd eiga sér á endanum sameiginlega orsök. Auðvitað er ekki alltaf ein orsök á bak við öll vandamál. En oft á ótrúlega stór hluti óæskilegra afleiðinga sömu rótarorsök. Og það er aðeins með því að fjarlægja rótarorsökina sem við getum losnað við óæskilegu afleiðinguna sem hún veldur. Með öðrum orðum: Svo lengi sem orsökin er til staðar er útilokað að losna við afleiðingarnar sem hún veldur.

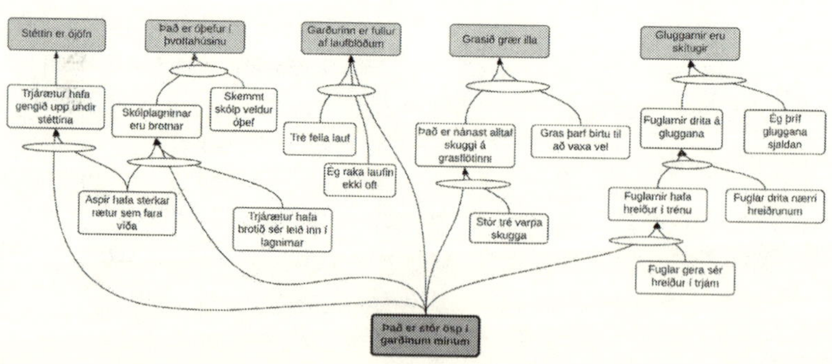

Mynd 6: Fullbúin rökleg rótargreining.

Við höfum nú fundið eina rótarorsök. Í næsta kafla sjáum við hvers vegna hún er til staðar og hvað hægt er að gera til að leysa málið.

Til umhugsunar

Nauðsynjatengsl og nægjanleikatengsl

Við notum í sífellu orsakatengsl. En það er mjög algengt að við gerum villur. Við erum fljót að finna orsakir að baki atburðum, en hvort þessar orsakir eru í raun og veru til staðar eða hvort þær nægja til að útskýra afleiðinguna er allt annað mál. Á sama hátt setjum við gjarna fram staðhæfingar um afleiðingar tiltekinna atvika, jafnvel þó afleiðingin sé ekki nauðsynleg afleiðing atviksins.

Ef það rignir og ég fer út, blotna ég þá? Flest værum við væntanlega fljót að samsinna því. En hvað ef ég er með regnhlíf? Þá blotna ég ekki, jafnvel þótt það rigni. Þetta er ástæða þess að fullyrðingin: „Ef það rignir og ég fer út, þá blotna ég" er ekki gild fullyrðing, þrátt fyrir að hún sé formlega rétt upp byggð.

Meginástæðurnar fyrir röngum ályktunum um orsakasamhengi eru tvær. Sú fyrri er skortur á skýrleika. Þetta felur í sér bæði skýran skilning á þeim reglum sem við eiga um gild orsakatengsl og skýrleika í fullyrðingum okkar. Hin ástæðan er tilhneiging okkar til að hrapa að ályktunum á grundvelli okkar eigin fyrirframgefnu hugmynda eða fordóma.

Rökleg fullyrðing er samsett úr staðhæfingum og röktengslum. Staðhæfing er setning á borð við „ég blotna" eða „það rignir úti". Röktengsl lýsa orsakatengslunum milli staðhæfinganna. Til að ná fram röklegum skýrleika er mikilvægt að staðhæfingarnar sem við notum séu eins skýrar og nákvæmar og mögulegt er. „Ég gæti blotnað ef það rignir“ er ekki stök staðhæfing, því hún inniheldur bæði staðhæfingar og röktengsl. „Lágar tekjur“ er ekki skýr staðhæfing, því hún er ekki heil setning. „Tekjur okkar eru of lágar“, hins vegar, er skýr staðhæfing. „Ég er eitthvað ómögulegur“ er ekki skýr staðhæfing, því hún getur þýtt mismunandi hluti, til dæmis að maður sért þreyttur, hálflasinn, eða jafnvel með timburmenn. Til að rökleg fullyrðing sé skýr, verða bæði staðhæfingarnar og röktengslin að vera gild.

Til eru tvær gerðir af orsakatengslum, nauðsynjatengsl og nægjanleikatengsl.

Nauðsynjatengsl lýsa því hvað er nauðsynlegt til að eitthvað eigi sér stað, það er, hvaða orsök er þannig að ef hún er ekki til staðar er útilokað að afleiðingin eigi sér stað. „Ef ég á að blotna með því að fara út, þá verður að rigna“ lýsir nauðsynjatengslum. Ef fullyrðingin er gild og nauðsynlega skilyrðið vantar, þá er útilokað að afleiðingin eigi sér stað.

En þótt rigning sé nauðsynlegt skilyrði, þarf hún ekki þar með sagt að vera nægjanlegt skilyrði. Í þessu tilfelli er fjarvera regnhlífar annað skilyrðið sem þarf til svo tengslin verði nægjanleg, saman eru þessi tvö skilyrði nægjanleg til að ég blotni ef ég fer út: „Ef það rignir og ég fer út og ég er ekki með regnhlíf, þá blotna ég.“

Hvað er bein orsök?

Það sem við leitum að í nægjanleikagreiningu eru beinar orsakir sem leiða óhjákvæmilega til afleiðingarinnar. Þegar orsök er bein og afleiðingin óhjákvæmileg þýðir það að engin millistig eru nauðsynleg til að orsakatengslin séu gild. Þegar ein orsök eða fleiri saman leiða óhjákvæmilega til niðurstöðunnar þá merkir það að sé hægt að sannreyna gildi þeirra allra er öruggt að niðurstaðan er einnig gild. Sé orsökin hins vegar ekki bein er í rauninni engin leið að segja til um hvort tengslin eru gild, því þá vantar milliskrefin.

Skoðum einfalt dæmi. Óæskilega afleiðingin sem við viljum greina er minnkandi læsi meðal skólabarna.

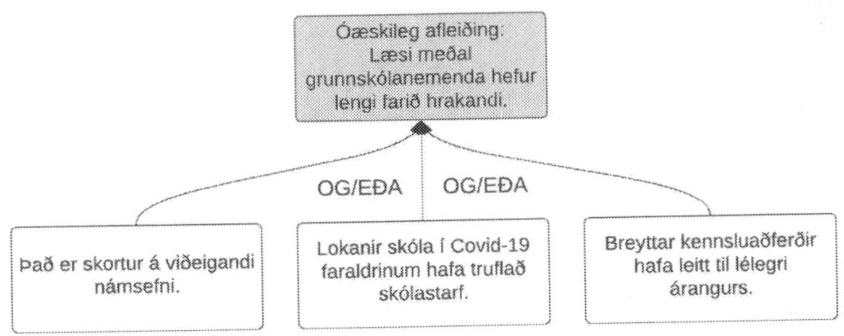

Mynd 7: Þrjár mögulegar orsakir hafa verið greindar. Þær eru oft nefndar þegar spurningin er borin upp. En þó að sumar eða allar af þessum ábendingum kunni að vera réttar, eru þær ekki beinar orsakir sem óhjákvæmilega leiða til afleiðingarinnar.

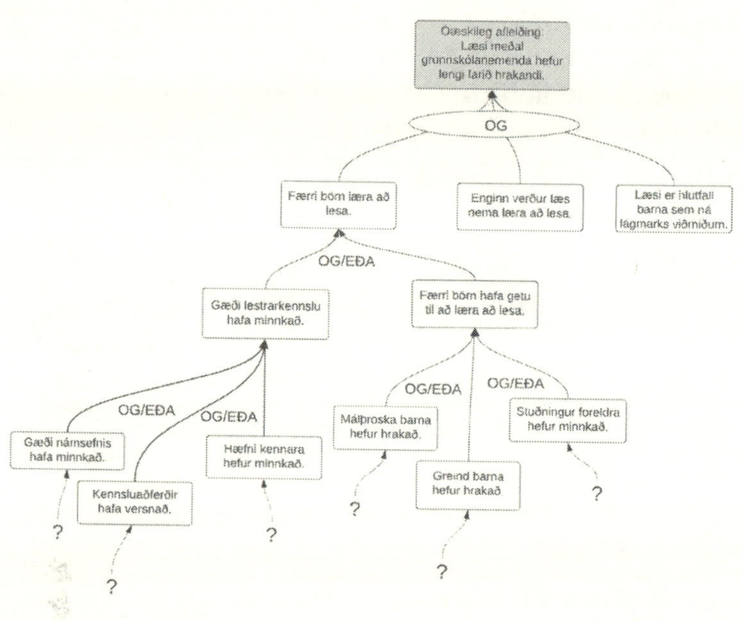

Mynd 8: Á mynd 8 má sjá dæmi um mögulegar beinar orsakir á fyrstu stigum greiningarinnar. Greiningin á mynd 7 er gölluð, en greiningin á mynd 8 er það ekki. Í hverju liggur munurinn?

Á fyrri myndinni greinum við mögulegar orsakir, en engin af þessum orsökum leiðir beint til afleiðingarinnar. Tökum sem dæmi truflun á skólagöngu. Truflun á skólagöngu vegna lokana skóla árin 2020 og 2021 leiðir ekki beint af sér minnkandi læsi til lengri tíma þótt hún geti eflaust stuðlað óbeint að því. Og jafnvel þótt á endanum kæmi í ljós að þetta væri rótarorsök, vantar hér gilda keðju orsaka og afleiðinga sem sýnir nákvæmlega hvernig hún leiðir til afleiðingarinnar.

Í síðari myndinni setjum við fram tilgátur um beinar orsakir. Til að tryggja röklegt gildi beitum við skilyrðum röklega umbótaferlisins. Skilyrðin eru í megindráttum þrjú talsins. Í fyrsta lagi að staðhæfingin sem sett er fram sé skýr og skiljanleg, þetta köllum við skýrleikaskilyrðið og það á jafnt við um stakar staðhæfingar og röktengsl milli staðhæfinga. Í öðru lagi að atriðið sem staðhæfingin vísar til sé í raun og veru til staðar. Þetta er tilvistarskilyrðið. Það tekur bæði til forms og innihalds staðhæfinga og þess hvort röktengsl eru til staðar. Í þriðja lagi gildisskilyrðið, að röktengslin séu gild, þ.e. að orsakirnar, leiði óhjákvæmilega til afleiðingarinnar, að þær séu nægjanlegar til að framkalla hana og að aðrar mögulegar sjálfstæðar orsakir séu ekki til staðar. Þessar reglur eru raktar í viðauka í bókarlok.

Fyrst athugum við beinar orsakir. Minnkandi læsi þýðir að færri börn geta lesið. Af hverju geta færri börn lesið? Augljós bein orsök er að færri börn hafa lært að lesa, því hæfni til að lesa byggist beint á því að hafa lært að lesa.

Á fyrri myndinni vísa allar tilgátur til skólaumhverfisins. Engin snýr að hæfni barnanna til að læra. Slíkar villur stafa venjulega af okkar eigin hlutdrægni. Reyndar standast tvær af yfirlýsingunum í *mynd 7* ekki tilvistarprófið. Þær innihalda undirliggjandi ef-þá fullyrðingar, sem samkvæmt tilvistarskilyrðinu mega aldrei að vera hluti af stakri staðhæfingu, röktengslin eiga að koma fram á milli staðhæfinga en ekki innan þeirra.

Í síðari myndinni sjáum við tilgátu um minnkandi gæði kennslu. En hér beitum við gildisskilyrðinu og spyrjum hvort aðrar orsakir gætu mögulega leitt af sér sömu niðurstöðu. Og þar sem nám krefst bæði nemanda og kennara, getur önnur orsök verið minnkandi hæfni barna til að læra. Önnur orsökin eða báðar gætu átt við, og engar aðrar mögulegar beinar orsakir eru til staðar.

Nú þegar við höfum tæmandi lista yfir mögulegar orsakir getum við haldið áfram að skoða, fyrst hvort þessar staðhæfingar eru sannar og, þegar það hefur verið staðfest, að skoða orsakirnar á næsta þrepi fyrir neðan, og staðfesta svo aftur hvort þær staðhæfingar eru sannar og hvort aðrar mögulegar orsakir vanti.

Rökleg greining er mjög öflugt verkfæri, en aðeins svo lengi sem við fylgjum reglum rökfræðinnar. Ef við gerum það ekki er hún gagnslaus sem greiningarverkfæri, sama hversu glæsilegar eða vandaðar rökfærslurnar virðast vera. Til að tryggja gildi þeirra prófum við greininguna gagnvart skilyrðunum. Við athugum skýrleika, tilvist og röklegt gildi til að staðfesta hvort greiningin er í raun og veru gild.

Að miklu leyti snýst rökleg greining um að greina merkingu setninga, orða og hugtaka. Sem dæmi, orðið „læra" er lykilþáttur í greiningunni sem við sjáum á *mynd 8*. Nám snýst um að einhver eða eitthvað veiti einhverjum þekkingu. Þetta þýðir að þegar eitthvað fer úrskeiðis með námið, getur vandinn legið annaðhvort hjá nemandanum eða kennaranum, eða báðum. Engar aðrar mögulegar ástæður eru til. Allt þetta liggur í hugtakinu sjálfu; að læra.

Nálgunin sem notuð er á fyrri myndinni gæti auðvitað á endanum leitt okkur að hinni raunverulegu rótarorsök. En þar sem hún er ekki röklega gild væri það hrein heppni. Þar skiptir engu þótt allir sem að greiningunni koma séu sammála um skýringarnar eða þótt skoðanakönnun leiði hið sama í ljós, greiningin stenst einfaldlega ekki kröfurnar um rétta röklega uppbyggingu. Síðari myndin sýnir röklega gilda nálgun. Með því að tryggja að rökin séu gild og orsakasamhengið þétt, og með því að staðfesta sannleiksgildi sérhverrar staðhæfingar, er öruggt að á endanum komumst við að einni eða fleiri rótarorsökum. Og án hinna raunverulegu rótarorsaka er engin trygging fyrir því að lausnirnar sem okkur kann að detta í hug til að bæta ástandið muni virka. En ef við förum okkur hægt, virðum rökreglurnar og höfum alltaf í huga hversu auðveldlega skortur á nákvæmni getur blekkt okkur, hversu auðveldlega tungumálið getur afvegaleitt okkur, þá er hægt að leysa úr flóknustu vandamálum og takast á við þau með röklegri rótargreiningu.

Væntar aukaafleiðingar

Þegar við gerum röklega rótargreiningu, er mikilvægur hluti verksins að staðfesta hvort mögulegar orsakir sem við teljum geta útskýrt afleiðinguna séu raunverulega til staðar. Stundum getum við staðfest þetta beint. En stundum er það vandkvæðum bundið. Þá þurfum við að leita væntra aukaafleiðinga.

Þessi aðferð er til dæmis afar algeng í læknisfræði. Sjúklingur lýsir ákveðnum einkennum, til dæmis verk, en verkurinn getur átt sér margar mismunandi orsakir. Höfuðverkur er einkenni heilaæxlis, en það þýðir ekki að heilaæxli sé eina mögulega skýringin á því að sjúklingur er með höfuðverk. Allt eins gæti verið um að ræða mígreni, vöðvaspennu, hormónabreytingar, höfuðáverka, augnþreytu eða ofþornun, svo nokkrar mögulegar orsakir séu nefndar.

Læknirinn hefur tvær mögulegar leiðir til að komast að því hvað veldur höfuðverknum. Hann getur spurt sjúklinginn spurninga um lífsstíl, nýlegar athafnir, fyrri greiningar og svo framvegis. En hin leiðin er að leita að væntum aukaafleiðingum. Ef hann grunaði að höfuðverkurinn væri vegna mígrenis, myndi læknirinn spyrja um sjóntruflanir, hvort sjúklingurinn finni slátt, upplifi ógleði eða uppköst á meðan á kastinu stendur. Jákvæð svör við þessum spurningum myndu styrkja líkurnar á því að höfuðverkurinn væri raunverulega vegna mígrenis. Neikvæð svör gætu útilokað mígreni sem mögulega orsök.

Við notum orðasambandið "væntar aukaafleiðingar" um afleiðingar sem styrkja eða staðfesta tilgátu um orsök, séu þær til staðar. Þegar unnið er með mögulegar orsakir sem ekki er hægt að staðfesta beint, er þetta nauðsynlegur hluti ferlisins. Jafnvel þótt hægt sé að staðfesta orsökina beint getur oft verið gagnlegt að athuga væntar aukaafleiðingar, sér í lagi ef bein staðfesting er erfið eða tímafrek.

Segjum sem svo að við séum að leita að orsökum að samdrætti í tekjum fyrirtækis. Okkur grunar að skýringin sé minnkandi áhugi á vörunni sem það framleiðir. En við vitum ekki með vissu hvort þetta er raunin. Við gætum að sjálfsögðu framkvæmt markaðsrannsóknir eða sett upp rýnihópa til að kanna málið. En þetta er dýrt og tímafrekt. Önnur leið gæti verið að hringja í stjórnendur nokkurra endursöluaðila sem selja vöruna okkar, segja þeim að við séum að upplifa samdrátt í sölu og spyrja þá hvort þeir sjái sömu þróun varðandi vörur samkeppnisaðila okkar. Ef svarið er já, getum við ályktað að minnkandi áhugi á vöru af þessu tagi almennt sé að minnsta kosti ein af orsökunum fyrir minnkandi sölu. Ef svarið er nei, getum við dregið þá ályktun að tilgátan sé röng og byrjað að leita að öðrum skýringum. Í báðum tilvikum getum við líklega komist hjá því að gera markaðsrannsóknina.

Ein af leiðunum sem við höfum til að staðfesta hvort tiltekin orsök sé í raun gild er að athuga væntar aukaafleiðingar. Þetta er öflugt verkfæri sem við getum oft notað til að staðfesta hratt gildi orsakatengsla, þegar við setjum upp eða skoðum röklega rótargreiningu. Við notum þessa sömu aðferð þegar við vinnum lausnagreiningu, en þá er tilgangurinn sá að bera kennsl á allar mögulegar afleiðingar ákvörðunar, en ekki að staðfesta hvort orsök sé til staðar.

Að leysa ágreininginn

Notkun togstreitugreiningar til að stilla upp og leysa undirliggjandi ágreining.

Við höfum nú komist að því að öspin í garðinum er rót allra vandamálanna sem hindra að ég nái því markmiði að eiga hús sem nágrannarnir dást að. Hverju er ég þá að bíða eftir? Fellum öspina! Málið leyst!

Eða er málið kannski ekki svona einfalt?

Gleymum því ekki að einn af lykilárangursþáttunum er að garðurinn sé skjólsæll. Og þetta er einmitt tréð sem veitir skjólið. Að auki er það virkilega fallegt. Að fella tréð gæti því haft vissar neikvæðar afleiðingar og þær viljum við forðast.

Hér er því á ferð togstreita milli tveggja andstæðra ákvarðana. Mig grunar að ég þurfi að gera A, en um leið er ég tregur til þess, því mér finnst líka að ég þurfi B, sem er andstæðan við A. Ef þú veltir því fyrir þér í smástund muntu örugglega kannast við margar slíkar aðstæður bæði úr vinnu og einkalífi. Og þegar togstreita er viðvarandi, er ástæðan sú að við vitum ekki hvernig á að leysa úr henni. Hún er bara þarna og við venjumst henni, sem er ekki endilega góð staða.

Við vitum að öspin veldur öllum þessum vandamálum, en hún er falleg og veitir skjól. Samt sem áður þarf ég að losna við allar óæskilegu afleiðingarnar, svo ég get ekki látið togstreituna stöðva mig í því. Eina leiðin er því að leysa úr henni. Og þetta er aðeins hægt ef við getum fundið innri röklegan galla í forsendunum að baki togstreitunni. Til þess notum við togstreitugreininguna, sem er þriðja skrefið í röklega umbótaferlinu. Við sjáum hana á *mynd 9.*

Skref 3: Togstreitugreiningin

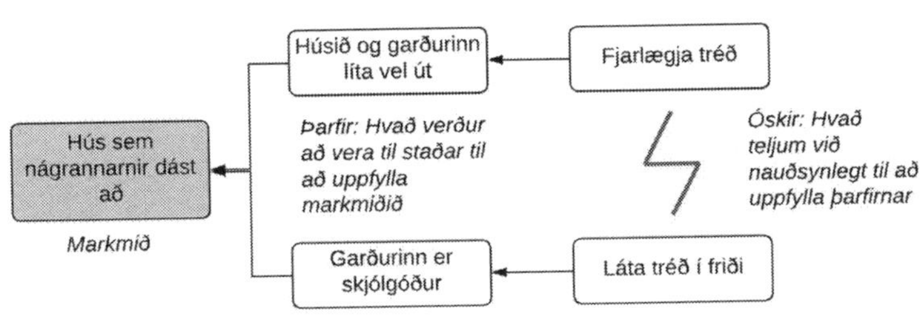

Mynd 9: Togstreitunni stillt upp.

Togstreitugreiningin samanstendur af fimm einingum: Vinstra megin sjáum við endanlega markmiðið sem við viljum ná. Síðan höfum við þarfirnar sem verður að uppfylla til að ná markmiðinu. Í okkar tilfelli er önnur þörfin snyrtilegt hús og garður í góðu ástandi, og hitt er fallegur garður með góðu skjóli. Lengst til hægri sjáum við svo það sem við teljum okkur þurfa að gera til að uppfylla þarfirnar, óskirnar sem við teljum að uppfylla þurfi svo þarfirnar verði uppfylltar.

Eins og við sjáum verðum við að uppfylla tvær þarfir til að ná markmiðinu, og báðar eru nauðsynlegar – án þeirra beggja munum við ekki ná því. En við getum ekki uppfyllt báðar eða að minnsta kosti virðist það svo. Til að húsið og umhverfi þess sé snyrtilegt verð ég að fjarlægja tréð, en á sama tíma veitir tréð skjól og gerir garðinn fallegan, svo ég verð að halda því.

Þessi togstreita hefur hindrað mig í því að fást við vandamálið. En nú höfum við sett togstreituna fram með skipulegum hætti. Það þýðir að við getum byrjað að reyna að leysa úr henni. Fyrsta skrefið er að lista upp forsendurnar á bak við nauðsynjatengslin. Af hverju verða þarfirnar tvær að vera uppfylltar til að ná markmiðinu? Og hvers vegna eru óskirnar tvær til staðar? Við sjáum allar þessar forsendur á *mynd 10.*

Við höfum nú orðað forsendurnar, og þá kemur nægjanleikarökfræðin okkur til aðstoðar aftur, því þriðja skrefið í þessari greiningu er að skoða forsendurnar komast að því hvort þær eru nægjanlegar til að réttlæta nauðsynjatengslin milli þarfa og markmiðs annars vegar og milli óska og þarfa hins vegar. Fyrst skoðum við tengingarnar milli markmiðsins og þarfanna tveggja. Við sjáum strax að orsakasambandið er gilt; það er útilokað að nágrannarnir dáist að húsinu mínu nema húsið og umhverfi þess sé snyrtilegt og fallegt og garðurinn skjólgóður. Næst beinum við athygli okkar að forsendunum á bak við tengingarnar milli óskanna og þarfanna.

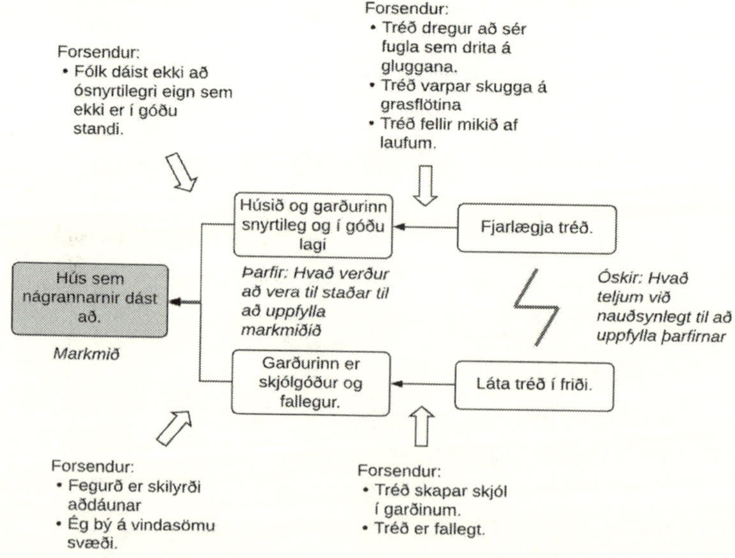

Mynd 10: Forsendurnar á bak við togstreituna.

Rökin fyrir því að fjarlægja tréð byggja öll á orsakatengslum sem fram komu í röklegu rótargreiningunni og er lýst í síðasta kafla. Þessar forsendur eru allar gildar; svo lengi sem tréð stendur verða þessi vandamál til staðar. Að baki því skilyrði að fjarlægja ekki tréð liggja tvær sannar forsendur: Tréð er fallegt og það veitir skjól. En eru þær gildar?

Eru forsendurnar í raun og veru gildar?

Nú verðum við að muna að það er ekki nóg að forsendurnar séu sannar sem slíkar. Þær verða einnig að nægja til þess að röktengslin milli kröfu og óskar séu óumdeilanlega gild. Með öðrum orðum verðum við að geta sagt: „Ef óskin er ekki uppfyllt er útilokað að uppfylla þörfina."

Þess vegna er ekki nóg að segja að tréð sé fallegt og veiti skjól, því það merkir ekki endilega að við þurfum nákvæmlega þetta tré ... Við verðum að ganga lengra og orða nákvæmlega þær forsendur sem valda því að óhjákvæmilegt sé að láta tréð standa.

Með öðrum orðum, til að orsakasambandið sé gilt, verður sú forsenda að vera gild að aðeins þetta tré geti veitt nauðsynlegt skjól, og einnig sú að ekkert annað tré geti mögulega verið fallegt. Við umorðum því forsendurnar til að tryggja gild röktengsl.

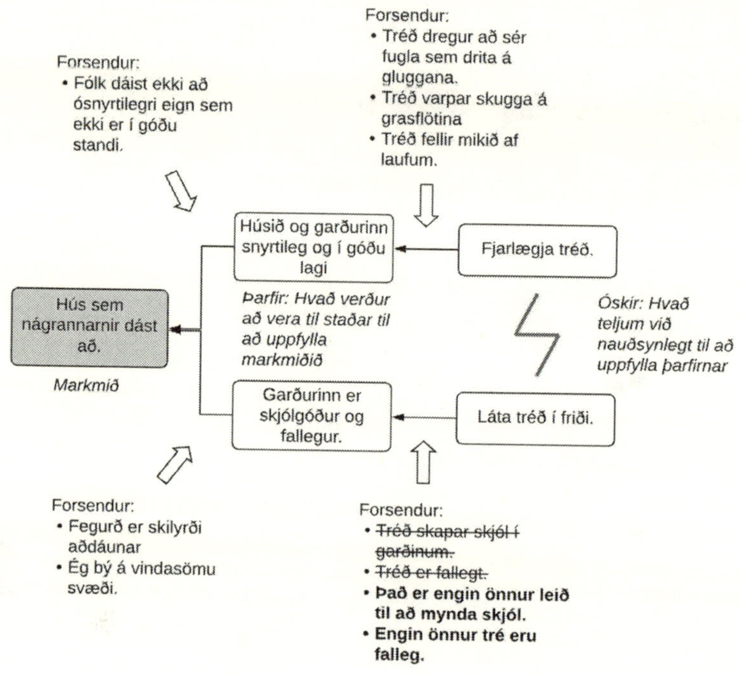

Mynd 11: Duldar forsendur dregnar fram í dagsljósið.

Það sem við erum að gera hér er að draga fram í dagsljósið duldar forsendur sem áður voru huldar þoku. Og við þurfum ekki að skoða þær tvisvar til að sjá að þær eru rangar. Við sjáum þær feitletraðar á *mynd 11.*

Stundum er þetta raunin: Forsendurnar eru ekki nógu skýrar til að hægt sé að meta hvort þær nægja til að röktengslin séu gild, og við verðum því að endurorða þær til að fá fram þann skýrleika sem þarf. Í öðrum tilfellum gætum forsendurnar verið skýrar, en einfaldlega rangar.

Það er með þessum hætti sem togstreitugreiningin hjálpar okkur að koma auga á rangar forsendur. Engar málamiðlanir, engin óljós röktengsl, engar óskýrar staðhæfingar eru leyfðar. Markmið, þarfir og kröfur tengjast nauðsynjatengslum. Forsendurnar að baki tengslunum verða að nægja til að þau séu gild. Og ef við reynum að stytta okkur leið, munu aðrir, sem við sýnum niðurstöðurnar, strax koma auga á gallana.

Inngripið

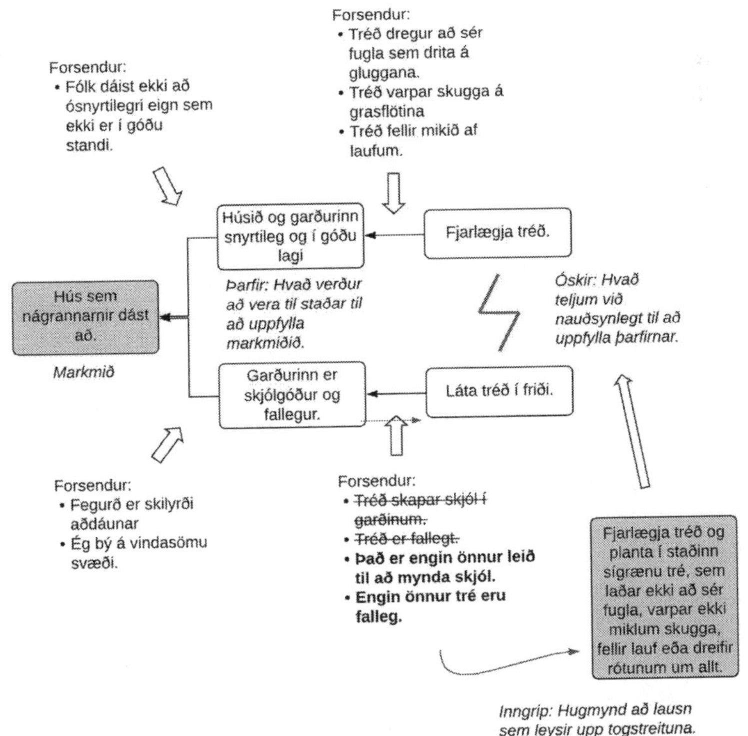

Mynd 12: Inngripið.

Nú þegar við höfum endurorðað forsendurnar og skerpt á þeim sjáum við að óskin um að halda trénu er í rauninni ekki studd rökum. Það er ekki nauðsynlegt að halda því til að uppfylla þörfina fyrir fallegan og skjólsælan garð. Ástæðan er sú að þær gildu forsendur sem eftir standa eru nægja ekki til að styðja hana: Við þurfum ekki nákvæmlega þetta tré eftir allt saman. Samt sem áður þurfum við örugglega eitthvað, því þarfirnar eru enn til staðar, og þær verður að uppfylla. Næsta skref er því að finna lausn sem uppfyllir báðar þarfirnar en leysir um leið upp togstreituna. Við köllum þessa lausn inngrip.

Inngrip er hugmynd að lausn á togstreitunni. Inngrip okkar er að fjarlægja öspina og planta nýju tré sem er einnig fallegt og veitir skjól, en veldur ekki þeim vandamálum sem gamla tréð olli. Þetta nýja tré má ekki dreifa laufum alls staðar og dreifa rótum um allt, og það verður að vera tegund sem laðar ekki að sér fugla. Við ákveðum að planta sígrænu tré. Við sjáum inngripið hægra megin á *mynd 12.*

Stundum erum við fljót að koma auga á inngrip. Í öðrum tilfellum krefst það mikillar vinnu. En með því að fara í gegnum þá ströngu greiningu sem togstreitugreiningin krefst höfum við losað okkur við allar óljósar og rangar forsendur. Þetta er lykilatriði, því nú vitum við nákvæmlega hvaða kröfur lausnin verður að uppfylla, og hverjar ekki – það er engin ágiskun leyfð.

Nú þegar við höfum komið auga á leið til að leysa ágreininginn erum við komin vel á veg með að ná markmiðinu. En við erum enn ekki komin í höfn. Því nú verðum við að komast að því hvort inngripið leiði í raun og veru til endanlegrar lausnar. Kannski verðum við að finna aðra. Kannski þurfum við að bæta við fleiri inngripum. Lokaskrefið í ferlinu er að nota lausnagreiningu og síðan hindranagreiningu til að ljúka verkinu.

Til umhugsunar

Það sem við erum raunverulega að gera með togstreitugreiningunni er að greina milli þarfa og óska. Við viljum halda trénu, en það eru þarfirnar sem á endanum skipta máli, ekki óskirnar sem við setjum fram vegna þess að við höldum að þær verði að uppfylla.

Þessi aðgreining þarfa og óska er lykillinn að því að leysa úr ágreiningnum. Segja má að það sé í þessari nákvæmu aðgreiningu sem meginstyrkur togstreitugreiningarinnar liggur.

Nú gæti einhver sagt: "Allt í lagi, þetta er kannski rökrétt að gera, en samt gæti ég bara viljað halda trénu þrátt fyrir öll vandamálin." Slík viðbrögð ógilda á engan hátt þá röklegu greiningu sem gerð hefur verið, en þau benda til enn einnar forsendu, í þessu tilfelli tilfinningalegra tengsla við nákvæmlega þetta tré. Kannski var því plantað af ömmu minni, það gæti minnt mig á börnin mín sem klifruðu í því þegar þau voru lítil... Ef þetta er raunin ætti að bæta við nýju forsendunni og líklega þyrfti að finna nýtt inngrip.

Togstreitugreiningin er oft notuð sjálfstætt. Ef fyrir liggur hver togstreitan er og ef afleiðingar hennar eru nægilega alvarlegar fyrir kerfið í heild er þessi greining frábært tól til að leysa hratt og örugglega úr slíkum vanda. Hún er einnig oft notuð til að fást við ýmis persónuleg vandamál, bæði í samskiptum og gagnvart óvissu um persónulega valkosti. Vel þekkt dæmi þar sem fengist er við viðbrögð gagnvart breytingum á vinnustað kallast *Efrat's Cloud*, eða togstreita Efrat, en hún var upphaflega sett fram af sálfræðingnum Efrat

Goldratt til að ramma inn togstreituna milli þess að taka breytingum fagnandi og standa gegn þeim.[4] Greining Goldratt byggir á því að markmið sérhvers starfsmanns sé ánægja í starfi. Til að tryggja starfsánægju verður að uppfylla tvær þarfir. Annars vegar þörfina fyrir að finna til öryggis og hins vegar þörfina fyrir að takast á við og yfirvinna áskoranir. Engin leið er að takast á við áskoranir nema með því að fást við eitthvað nýtt og óþekkt. Viljinn til að gera breytingar er því skilyrði þess að þessi þörf sé uppfyllt. Þörfin fyrir öryggi krefst þess hins vegar að staðið sé gegn breytingum.

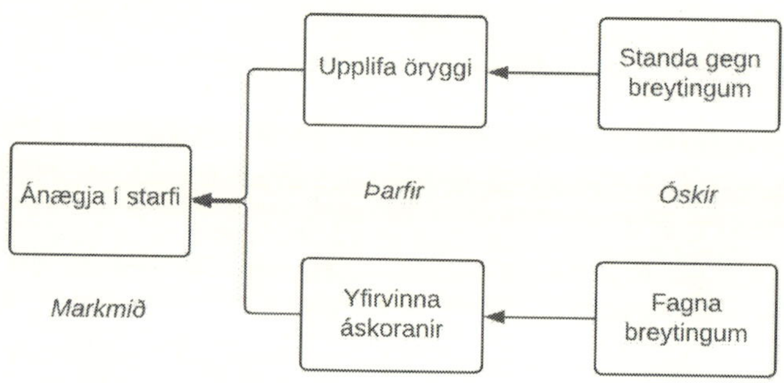

Mynd 13: Togstreita Efrat

Áður en við höldum áfram, hvers vegna ekki að velta fyrir okkur dæmum um viðvarandi vandamál eða viðfangsefni sem við höfum upplifað í starfi eða þess vegna í einkalífinu? Eitthvað sem kemur upp aftur og aftur og er reglulega rætt á fundum. Eitthvað sem allir eru sammála um að þurfi að laga, en sem virðist samt aldrei hverfa. Veltu fyrir þér hvers vegna. Er mögulegt að að baki liggi dulin togstreita sem þó er aldrei orðuð,

---

[4] https://www.flickr.com/photos/clarkeching/3428899860/in/album-72157616489805407/lightbox/

ekki togstreita um hvert beri að stefna heldur hvaða leið eigi að fara. Gæti rótin legið í röngum hvötum? Gætu persónuleg markmið verið á ferðinni? Hvers vegna ekki að prófa að stilla upp togstreitugreiningu og reyna að átta sig á forsendunum að baki?

Inn í framtíðina

Notkun lausnagreiningar og hindranagreiningar til að kortleggja leiðina fram á við

Markmiðið er hús sem nágrannarnir dást að. Við byrjuðum á að skilgreina markmið og lykil-árangursþætti og nauðsynleg skilyrði til að ná því.

Í næsta skrefi notuðum við röklega rótargreiningu til að komast að því hvers vegna við náðum ekki markmiðinu og niðurstaðan var sú að stór ösp í garðinum ylli öllum óæskilegu afleiðingunum.

Í þriðja skrefi fundum við leið til að uppfylla bæði þörfina fyrir skjól og fegurð í garðinum, og þörfina fyrir að forðast öll vandamálin sem öspin olli, sem hafði eyðilagt frárennslislagnirnar og gangstéttina, þakið grasflötina laufblöðum og varpað á hana skugga og laðað að sér fugla sem drituðu á gluggana. Til þess notuðum við togstreitugreiningu þar sem við greindum milli óska og raunverulegra þarfa. Nú lítur út fyrir að lausnin sé fundin. Við fjarlægjum öspina og plöntum í staðinn sígrænu tré.

Skref 4: Lausnagreiningin

En við erum ekki enn komin á áfangastað. Því nú þurfum við að sannreyna að þessi lausn muni í raun og veru leysa vandamálin. Til þess notum við verkfæri sem kallast lausnagreining. Við þurfum einnig að sannreyna að lausnin valdi ekki nýjum vandamálum, og ef hún gerir það, verðum við að breyta henni, finna aðra, eða grípa til viðbótaraðgerða til að yfirstíga nýju vandamálin. Að lokum verðum við að komast að því hvort eitthvað fleira þurfi að gera til að ná markmiðinu.

Er inngripið úr togstreitugreiningunni nóg, eða þurfum við fleiri inngrip til viðbótar?

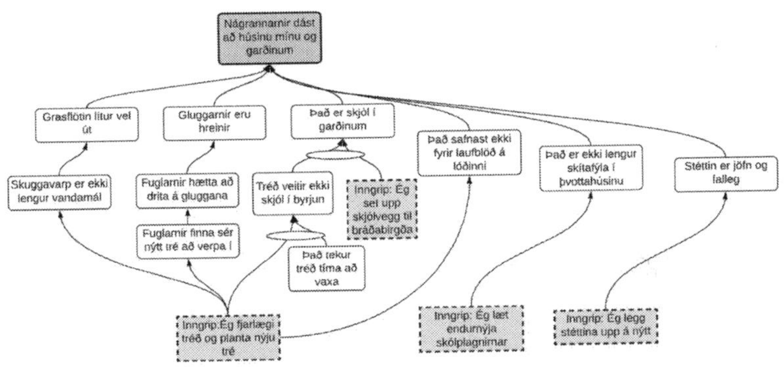

Mynd 14: Lausnagreiningin.

Það er ljóst að öspin veldur öllum óæskilegu afleiðingunum sem við greindum. Með því að fjarlægja hana mun grasflötin jafna sig, laufin hætta að þekja grasflötina og fuglarnir hætta að drita á gluggakisturnar. En að fjarlægja tréð mun þó ekki sjálfkrafa laga skemmdirnar á frárennslislögnum og gangstéttinni. Við komum í veg fyrir frekari skemmdir, en þær sem hafa orðið verður samt að lagfæra. Þetta er ástæðan fyrir því að við þurfum tvö inngrip tengd þessu til viðbótar; við verðum að skipta um frárennslislagnir og laga gangstéttina. Allt þetta sjáum við á *mynd 14.*

Þegar við vinnum lausnagreiningu er mikilvægt að leita uppi neikvæð áhrif sem lausnin gæti valdið. Þau gætu falist í ófyrirséðum hliðarverkunum, en yfir þær notum við hugtakið neikvæðar greinar. Ef við finnum neikvæða grein sem er nægilega alvarleg, verðum við að finna ný inngrip til að leysa eða "klippa" hana af. Stundum getur lausnin jafnvel valdið vítahring. Þegar það gerist verðum við að hafna lausninni í heild og finna nýtt inngrip.

Neikvæða greinin hér er sú að þegar tréð er farið mun einhver tími líða þar til nýja tréð veitir nauðsynlegt skjól. Til að klippa þessa neikvæðu grein ákveðum við að setja upp skjólvegg til bráðabirgða, þar til sígræna tréð er orðið nógu hátt. Þegar við skoðum lausnagreininguna núna sjáum við hvernig inngripin leiða beint að lausninni. Öll inngripin saman nægja til að leysa vandamálin og ná markmiðinu.

Skref 5: Hindranagreiningin

Þótt lausnagreiningin sýni nú hvernig við munum ná markmiðinu, mætum við stundum hindrunum þegar kemur að því að framkvæma lausnirnar sjálfar. Sum inngripin kunna að krefjast nákvæmrar framkvæmdaáætlunar til að koma auga á og takast á við þessar hindranir. Í okkar dæmi getum við gert ráð fyrir að þetta eigi við um öll inngripin. Okkur gæti vantað tól og tæki til að fjarlægja tréð, og það að lagfæra frárennslislagnir og skipta um gangstétt kallar á vandaða verkefnisstjórn.

Það er hér sem lokaskrefið í röklega umbótaferlinu, hindranagreiningin, kemur að góðu gagni. Tilgangur hennar er að byggja upp framkvæmdaráætlun, skref fyrir skref, fyrir þau inngrip þar sem þess er þörf, og afhjúpa þannig og takast á við hindranir sem eru í veginum.

Mynd 15 sýnir einfalda hindranagreiningu fyrir lykilinngripið sem við notuðum til að leysa ágreininginn – að fjarlægja tréð og planta nýju. Að fjarlægja stórt tré er flókið verkefni og verður að framkvæma á öruggan hátt og með réttum verkfærum.

Í okkar tilfelli eigum við ekki keðjusögina sem þarf, við höfum ekki vörubíl til að fjarlægja tréð og við höfum ekki nýtt tré til að planta. Þegar við útfærum áætlunina afhjúpum við þessar hindranir og finnum leiðir til að takast á við þær.

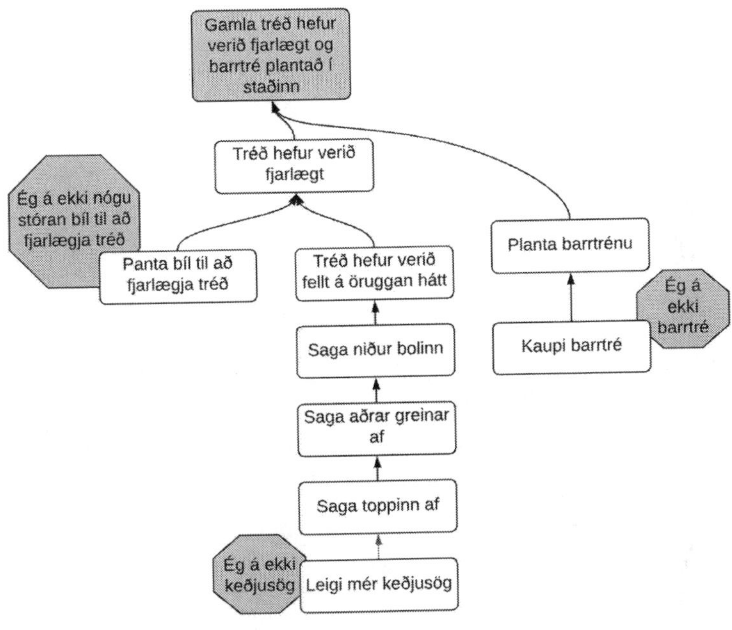

Mynd 15: Hindranagreiningin.

Við höfum nú notað röklega umbótaferlið til að finna varanlega lausn á vandamálunum sem hrjáðu húsið og garðinn. Við ljúkum verkinu með því að stilla upp hindranagreiningunni. Við byrjum efst og rekjum okkur til að finna og leysa sérhverja hindrun í veginum. Þetta gerum við gagnvart öllum inngripum þar sem þess er þörf.

Til umhugsunar

Hver er meginástæðan fyrir því að við náum ekki þeim árangri sem við ætlum okkur, hvort sem er í starfi eða í einkalífi?

Einhver annar sem hindrar okkur? Vinnuveitandinn? Efnahagslífið? Fjölskylduvandamál? Nágrannarnir? Samkeppnisaðilar? Skortur á fjármagni? Minnkandi markaður? Óhæfir starfsmenn? Óheppni?

Í alvöru? Veltum fyrir okkur öllum þeim tilfellum þar sem eitthvað gekk ekki eins og við vonuðumst til, vorum jafnvel sannfærð um. Hugsum um öll þau skipti sem við gerðum eitthvað, en komumst að því fyrr en varði að það leiddi ekki til þess sem það átti að gera, eða þegar við létum eitthvað ógert, en sáum svo eftir því nánast í sömu andrá. Hugsum um öll þau skipti sem við sögðum við sjálf okkur, „Ef ég hefði nú bara..."

Hver er sameiginlegi þátturinn í öllum þessum tilvikum? Svarið er einfalt. Í sérhverju slíku tilviki tókum við ákvörðun og hún var röng. Rangar ákvarðanir eru langalgengasta ástæðan fyrir því að við náum ekki þeim árangri sem við ætlum okkur.

Við vitum öll að illa grundaðar ákvarðanir hafa ófyrirsjáanlegar og yfirleitt neikvæðar afleiðingar. Hvers vegna tökum við þær þá?

Stundum erum við meðvituð um að við vitum ekki hverjar líklegar afleiðingar ákvörðunar eru, en ákveðum samt að taka áhættuna. Þetta getur stafað af því að einhverjar upplýsingar sem þarf til að taka rétta ákvörðun eru ekki til staðar þegar ákvörðunin er tekin. Mögulega eru upplýsingarnar ekki til, við höfum kannski ekki tíma til að afla þeirra, eða við vitum ekki af þeim. Einnig er mögulegt að við trúum því að ástandið sé of flókið til að greina það.

Það er líka hugsanlegt að við tökum meðvitað ranga ákvörðun. Þetta getur gerst vegna málamiðlunar; andstæðra kerfislægra markmiða, eða vegna togstreitu, annað hvort milli einstaklinga, eða milli eins eða fleiri einstaklinga og kerfisins sem þeir starfa innan. Að lokum gæti verið um sálrænan vanda að ræða, gjarna sjálfeyðingarhvöt.

Svo getur það einnig hent að við höfum réttan skilning á aðstæðum og tökum ákvörðun byggða á því, en óvæntur atburður á sér stað, sem við vorum ekki meðvituð um þegar ákvörðunin er tekin, en sem ógildir fyrra mat okkar á aðstæðum.

Við verðum líka að átta okkur á að stundum getur ákvörðunin verið byggð á óaðfinnanlegum rökum og afleiðingarnar verða nákvæmlega þær sem við bjuggumst við, en markmiðið sem við stefnum að er ekki í samræmi við heildarmarkmið kerfisins okkar, svo gagnvart kerfinu í heild er ákvörðunin röng.

En á endanum er þó algengasta ástæðan fyrir röngum ákvörðunum sú að við höfum ekki réttan skilning á líklegum afleiðingum þeirra, en trúum því að við höfum hann. Þetta gerist vegna þess að við greinum ekki aðstæður almennilega. Ástæðan fyrir þessu getur verið sú að við greinum ekki aðstæður nógu nákvæmlega, eða vegna þess að við byggjum mat okkar á röngum forsendum sem við efumst ekki um, eða erum jafnvel ekki meðvituð um.

Þannig má útskýra meirihluta rangra ákvarðana með skorti á nákvæmri greiningu, eða með röngum forsendm sem við efumst ekki um. Með öðrum orðum, við hröpum að ályktunum og tökum illa upplýstar ákvarðanir. Og þetta gerum við aftur og aftur. Hvers vegna?

Grundvallarástæðan er sú að við hugsum ekki nægilega skýrt. Skýr hugsun snýst um að safna og meta upplýsingar hlutlægt, og beita gildum rökum til að greina aðstæður og, þegar við á, spá fyrir um afleiðingar. En hér bregðumst við alltof oft.

Ef skortur á skýrri hugsun er meginástæðan á bak við rangar ákvarðanir, og ef rangar ákvarðanir eru stærsta hindrunin í vegi velgengni, þá leiðir af því að það að bæta hæfileika okkar til skýrrar hugsunar hlýtur að vera það sem mestu skiptir til að auka líkurnar á velgengni. Og rökleg greining orsakatengsla er undirstaða skýrrar hugsunar, hvort sem við erum að taka ákvörðun eða leggja mat á fyrri ákvarðanir.

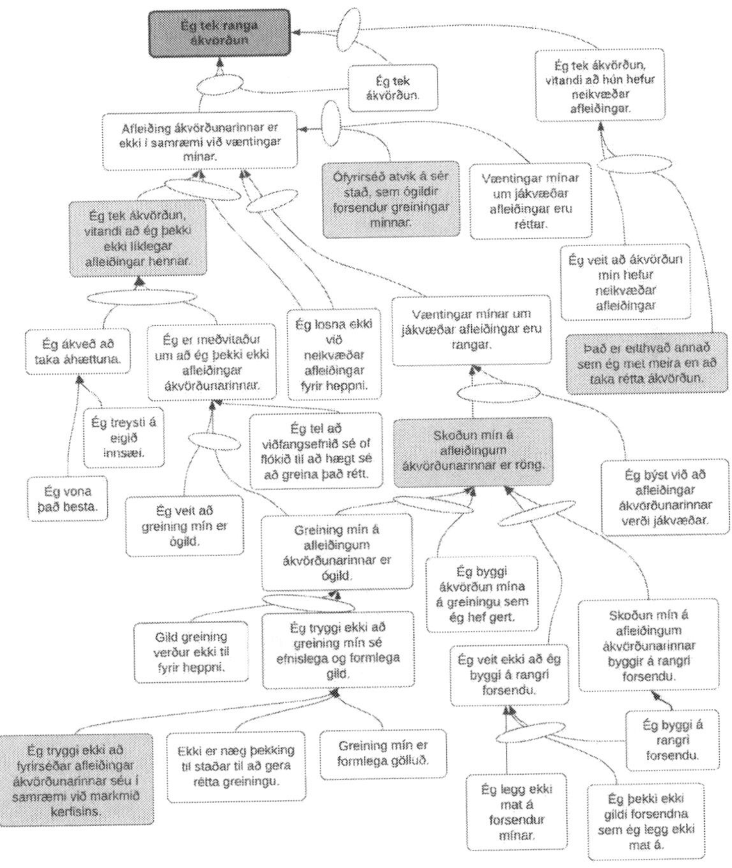

Mynd 16: Hvers vegna tökum við rangar ákvarðanir?

Greiningin á *mynd 16* veitir heildaryfirlit yfir allar mögulegar ástæður þess að við tökum rangar ákvarðanir, og orsakatengslin að baki. Ef við komumst að því að við höfum tekið ranga ákvörðun getum við notað þessa greiningu til að átta okkur nákvæmlega á því hvers vegna hún var röng og hvar okkur bar af leið. Þannig getum við lært af mistökum okkar. Fyrirtækismenning sem hvetur til slíkrar greiningar og veitir starfsfólki þjálfun í henni er það sem einkennir raunverulegt lærdómsfyrirtæki.

Samantekt

Hvers vegna er röklegt umbótaferli jafn öflugt og raun ber vitni?

Við höfum séð hvernig eitt skref í ferlinu leiðir beint að því næsta og vonandi hefur þetta einfalda dæmi veitt nokkra innsýn í hversu öflugt þetta ferli er.

En hvað gerir það svona öflugt? Og hvers vegna veitir það þeim sem ná tökum á því yfirburði þegar leysa þarf úr flóknum kerfislægum vandamálum?

Tilgangurinn með einfalda dæminu sem rakið er í köflunum hér á undan er að sýna hvernig skrefin fimm í röklega umbótaferlinu mynda traustan ramma til að setja markmið, finna rótarorsakir, leysa úr togstreitu og móta varanlegar lausnir. Þegar fengist er við flóknar aðstæður verður þessi skipulagða nálgun enn verðmætari.

Heildstætt ferli

Við höfum séð hvernig leysa má einfalt vandamál í daglegu lífi á markvissan hátt með því að beita röklegu umbótaferli. Hvað þá þegar komast þarf að því hvers vegna fyrirtækið okkar er að tapa peningum, hvers vegna biðtími á sjúkrahúsinu okkar heldur áfram að lengjast, eða hvers vegna verksmiðjan okkar heldur áfram að safna upp óþarfa birgðum? Í slíkum tilfellum, þegar fengist er við flókin kerfi, þurfum við strangt ferli til að hjálpa okkur að losna við flækjurnar, og þetta er einmitt það sem röklegt umbótaferli er.

Mynd 17 sýnir einfaldað dæmi um algengt rekstrartengt viðfangsefni. Hér er markmiðið stærra og arðbærara fyrirtæki. Rótarorsökin sem hindrar að við náum markmiðinu er þröngt og takmarkað vöruúrval. Þar að baki liggur togstreita milli þess að fjárfesta í aukinni framleiðslugetu og að spara fé. Inngripið er að nýta núverandi getu betur til að auka vöruúrvalið og fara inn á nýja markaði.

Við notum markmiðsgreininguna til að skilgreina hvert við viljum fara og hvað við verðum að gera til að komast þangað. Markmiðsgreiningin er lykillinn að öllu ferlinu af tveimur ástæðum: Í fyrsta lagi vegna þess að við verðum að vita hvert við erum að stefna til að geta stefnt inn í framtíðina. Í öðru lagi vegna þess að markmiðsgreiningin krefst þess að við finnum út hvað er nauðsynlegt til að ná markmiðinu, og aðeins það sem er nauðsynlegt. Þannig hjálpar hún okkur að einbeita okkur að raunverulegum lykilárangursþáttum, en sóa ekki tíma í þætti sem kannski væri gott að hafa, en eru ekki nauðsynlegir.

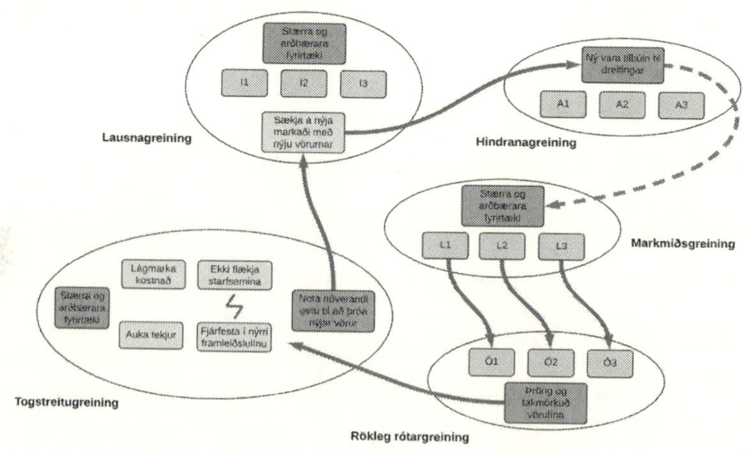

Mynd 17: Yfirlit yfir lausn á rekstrartengdum vanda.

Þegar við höfum áttað okkur á lykilárangursþáttunum og séð hvar við þurfum að bæta okkur getum við hafist handa við að beita röklegri rótargreiningu á vandamálin. Við vinnum okkur niður á við, skref fyrir skref og leitum beinna orsaka að baki hverri afleiðingu, orsaka sem geta valdið henni ýmist sjálfstætt eða fleiri en ein saman. Við hættum ekki fyrr en við höfum náð að rótunum, orsökum sem ekki orsakast af neinu öðru innan kerfisins sem við ráðum við að breyta eða getum haft áhrif á.

Hér aftur er gilt nægjanleikasamband lykillinn. Við leitum að orsök eða mengi orsaka sem nægja til að framkalla afleiðinguna beint.

Rótarorsakir eiga sér mjög oft uppruna í togstreitu milli mismunandi leiða til að ná sama markmiði. Stundum byggjast þær á skaðlegum hvötum, stundum á mismunandi nálgunum, stundum eiga persónuleg markmið þátt í þeim. En ótrúlega oft grundvallast þær á misskilningi. Togstreitugreiningin hjálpar okkur að afhjúpa þær ógildu forsendur sem liggja togstreitunni til grundvallar.

Þegar ógildar forsendur hafa verið afhjúpaðar finnum við inngrip, nýja hugmynd sem getur orðið lausnin sem við þurfum til að ná markmiðinu. Þá notum við lausnagreiningu til að meta nákvæmlega hvernig inngripið gerir okkur kleift að ná markmiðinu. Lausnagreiningin byggir á nægjanleikarökfræði; við verðum að tryggja að hvert skref í átt að lausninni sé grundvallað á nægilega traustum forsendum. Við getum einnig orðað það þannig að ef forsendurnar eru til staðar er öruggt að niðurstaðan er það einnig.

Að lokum notum við hindranagreiningu til að kortleggja nákvæmlega leiðina að lausninni, afhjúpa allar hindranir sem standa í veginum og finna leiðir til að losna við þær.

Það getur verið áhugavert að setja þetta einfalda dæmi um húsið og garðinn í samhengi við dæmigerð vandamál í rekstri fyrirtækja. Pípulagnirnar gætu táknað framleiðslulínu þar sem flæðið er ekki í lagi. Grasflötin gæti verið söludeildin og fugladritið kvartanir viðskiptavina, sem við reynum stöðugt að "þrífa" en koma þó alltaf aftur. Tregðu okkar til að fjarlægja tréð gætum við líkt við úrelta stjórnunarhætti og gallaða hvata sem drífa skaðlegar ákvarðanir og hegðun, og sem hafa áhrif á allt kerfið. Krafan um skjól gæti staðið fyrir þá djúpstæðu þörf fyrir öryggi sem liggur gjarna að baki andstöðu við breytingar, jafnvel þótt við vitum að þær séu nauðsynlegar.

Röklegt umbótaferli hefur verið notað af fyrirtækjum í meira en 30 ár til að greina og finna lausnir á slíkum vandamálum. Ef þú lærir að nota aðferðina og æfir þig í því, er ótrúlegt hversu fljótt hún verður óaðskiljanlegur hluti af því hvernig þú nálgast flókin vandamál og kynnir hugmyndir þínar og greiningar. Og þú verður hissa þegar þú upplifir þá yfirburði sem það veitir þér.

En hvað er það sem gerir þessa aðferð svo öfluga?

Að mínu mati eru lykilstyrkleikar röklega umbótaferlisins eftirfarandi:

1. Kröfurnar um skýrleika og traustar röksemdir á öllum stigum greiningarinnar sem auka gæði og áreiðanleika greiningar- og stefnumótunarvinnu verulega.
2. Skýr sjónræn framsetning, sem þýðir að allar villur geta komið í ljós næstum samstundis þegar greiningin er kynnt fyrir stærri hópi.
3. Þétt tengsl milli verkfæranna fimm – greiningin á hverju þrepi tengist beint því næsta, sem tryggir samfellt, óslitið ferli.

4. Verkfærin gera okkur kleift að útskýra mjög flókin vandamál og lausnir á þeim á auðskiljanlegan hátt.
5. Kröfurnar um nákvæmni hjálpa til við að bæta samskipti með því að minnka líkurnar á misskilningi, sem er lykiluppspretta togstreitu og skaðlegra átaka.

Aristótelísk rökfræði

Röklegt umbótaferli er byggt á fimm lykilreglum: Fyrst, reglu Aristótelesar um gilda afleiðslu, eða rökhendu, það er, kröfunni um að forsendurnar að baki niðurstöðu séu ávallt nægilegar. Klassísk rökhenda inniheldur tvær forsendur, aðal- og aukaforsendu, og niðurstöðu sem leiðir beint af þeim. Vel þekkt dæmi sem ég man enn frá því í heimspekinámi fyrir margt löngu:

Forsenda 1: Allir menn eru dauðlegir.

Forsenda 2: Sókrates er maður.

Niðurstaða: Sókrates er dauðlegur.

Þegar við skoðum greiningarmyndirnar sem notast er við í röklegru rótargreiningunni og lausnagreiningunni sjáum við rökhendur hvert sem litið er. Skoðum til dæmis rótargreininguna í dæminu okkar. Gluggarnir verða óhreinir því fuglarnir drita á þá. En þetta eitt og sér þýðir ekki að þeir verði alltaf óhreinir. Ég gæti til dæmis þvegið þá á hverjum degi. Gild rökhenda krefst þess að við orðum báðar forsendurnar:

Forsenda 1: Fuglarnir drita á gluggana.

Forsenda 2: Gluggarnir eru sjaldan þrifnir.

Niðurstaða: Gluggarnir eru yfirleitt óhreinir.

Í öðru lagi krefst ferlið nauðsynjarökfræði þegar það á við. Dæmið hér að ofan sýnir okkur nægileikarökfræði; það er nægilegt til að halda gluggunum óhreinum að við þrífum þá ekki og fuglarnir driti á þá. En forsendurnar eru ekki nauðsynlegar til að valda niðurstöðunni, því eitthvað annað en fugladrit gæti óhreinkað gluggana. Ef við skoðum forsendurnar í togstreitugreiningunni sjáum við einnig dæmi um nauðsynjarök: Til að það skilyrði að fjarlægja ekki tréð sé gilt verður það að vera satt að aðeins þetta tré veiti skjól og aðeins þetta tré sé fallegt. Þetta eru nauðsynlegar forsendur. Án þeirra er skilyrðið ógilt. Markmiðsgreiningin er einnig byggð á nauðsynjarökfræði. Ekkert ratar í hana nema það sé nauðsynlegt til að ná markmiðinu.

Sannleiksgildi og skýrleiki

Í þriðja lagi krefst ferlið þess að við sannreynum réttmæti allra staðhæfinga. Það er ekki nóg að hafa orsakasambandið sé formlega rétt uppbyggt, það verður einnig að sannreyna sérhverja forsendu. Tökum dæmi úr röklegu rótargreiningunni: Ef það eru engin hreiður í trénu, þá er sú tilgáta að tréð sé ástæðan fyrir því að fuglarnir drita á gluggana ekki gild, ekki vegna þess að röktengslin séu ógild, heldur vegna þess að það hafa engir fuglar gert sér hreiður í trénu. Þeir gætu auðvitað dritað á gluggana samt sem áður, en ekki vegna trésins.

Í fjórða lagi krefst röklega umbótaferlið þess að við sannreynum mögulegar skýringar með því að sýna að ekki aðeins að afleiðingarnar sem við leitumst við að útskýra séu til staðar, heldur einnig að aðrar afleiðingar sem ætti að leiða af þeirri orsök sem við getum okkur til um, séu raunverulega til staðar. Við köllum slíkt væntar aukaafleiðingar. Einfalt dæmi: Við getum okkur þess til að ástæðan fyrir því að starfsmaður er tregur til að vinna ákveðið verkefni sé sú að hann sé latur. Ef þetta er ástæðan ættum við einnig að sjá tregðu til að vinna önnur verkefni. En ef þetta er ekki raunin er skýringin ógild þar sem væntar aukaafleiðingar eru ekki til staðar.

Að lokum er skýrleiki á endanum hornsteinn hvers skrefs í ferlinu. Fyrsta spurningin sem við verðum alltaf að spyrja er ekki aðeins hvort staðhæfingar okkar séu sannar, heldur hvort þær séu skýrar. Hvað eigum við í raun og veru við? Endurspeglar staðhæfingin það sem við meinum í raun og veru? Er staðhæfingin á einhvern hátt óljós? Og ef svo er, verðum við að bæta úr því áður en við höldum áfram.

Í bók H. William Dettmer, *The Logical Thinking Process – A Systems Approach to Complex Problem Solving*, má sjá ítarlega umfjöllun um allar kröfur sem þarf að uppfylla til að tryggja trausta greiningu. Nákvæm umfjöllun um þetta er utan sviðs þessarar bókar. Ég vil aðeins benda á að lokum að í rökfræðilega hugsunarferlinu er ekkert "en" eða "kannski". Allar niðurstöður verða að byggjast á traustum rökum og allar skýringar verða að vera nægilega sannreyndar. Þannig getum við verið viss um að svo lengi sem farið er eftir meginreglunum, verði greiningin óumflýjanlega gild. Og það er það sem gerir ferlið jafn öflugt og raun ber vitni.

Varnaðarorð að lokum: Þó að röklega umbótaferlið virðist við fyrstu sýn auðvelt í framkvæmd, þá kallar það á trausta þjálfun og umtalsverða æfingu að ná nægum tökum á því til að geta nýtt það til gagns. Rökfræðin er öflugt verkfæri, en hún getur um leið verið tvíeggjað sverð, sem auðvelt er að misbeita kunni maður ekki með það að fara.

Annar hluti

Dæmi um notkun

Fáein dæmi um beitingu röklegs umbótaferlis gagnvart rekstrartengdum viðfangsefnum

Einfalda dæmið hér á undan er hugsað til að sýna allt ferlið frá upphafi til enda. Hér á eftir eru rakin nokkur dæmi um beitingu eins eða fleiri verkfæra röklegs umbótaferlis gagnvart rekstrartengdum viðfangsefnum. Fyrsta dæmið er skáldað, en byggt á rótarorsök sem við finnum alltof oft þegar kerfislægur vandi er greindur. Dæmin þrjú sem á eftir fara snúa öll að raunverulegum aðstæðum. Kaflanum lýkur á greiningu á mikilvægi kerfismiðaðrar nálgunar (e. systems thinking), en segja má að öll dæmin sem hér koma fyrir tengist vöntun á henni með einum eða öðrum hætti.

Dæmi 1: Frá einkennum til orsaka

Þegar rangur mælikvarði veldur vítahring

Í þessu skáldaða dæmi vinnum við okkur frá markmiði, í gegnum röklega rótargreiningu, togstreitugreiningu og að lausn. Fyrirtækið er sérhæft sjúkrahús. Markmið þess er að vera leiðandi í hjartaskurðlækningum á markaðssvæði sínu. Til að ná þessu markmiði verður að ráða besta fólkið, hafa allan búnað sem nauðsynlegur er og veita hágæða þjónustu. Við sjáum markmiðsgreininguna hér að neðan.

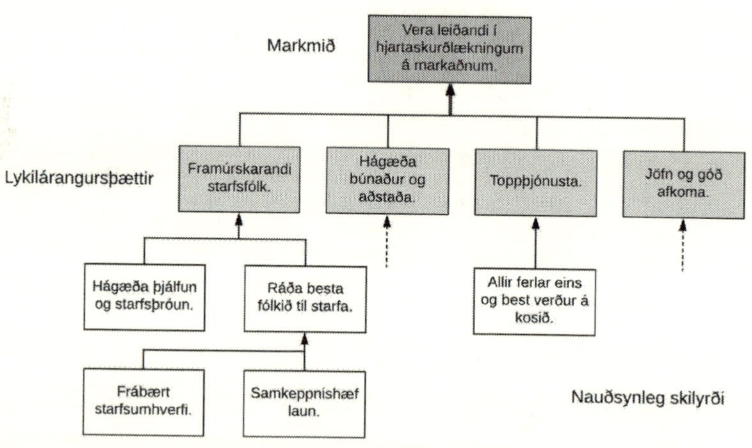

Mynd 1: Markmiðsgreining fyrir sjúkrahús.

En í raunveruleikanum eru hlutirnir ekki eins og best verður á kosið. Hæfasta fólkið er að fara, fjárhagsleg afkoma fer versnandi og gæðum þjónustunnar hnignar. Röklega rótargreiningin á *mynd 2* sýnir hvað veldur þessum vandamálum. Rótin er einn lykilmælikvarði, meðallaun á mann. Við fyrstu sýn virðist um að ræða alveg skaðlausan árangursmælikvarða sem við ýmsar aðstæður gæti verið allt í lagi að nota. En hjá þessu fyrirtæki eru áhrifin svo sannarlega skaðleg.

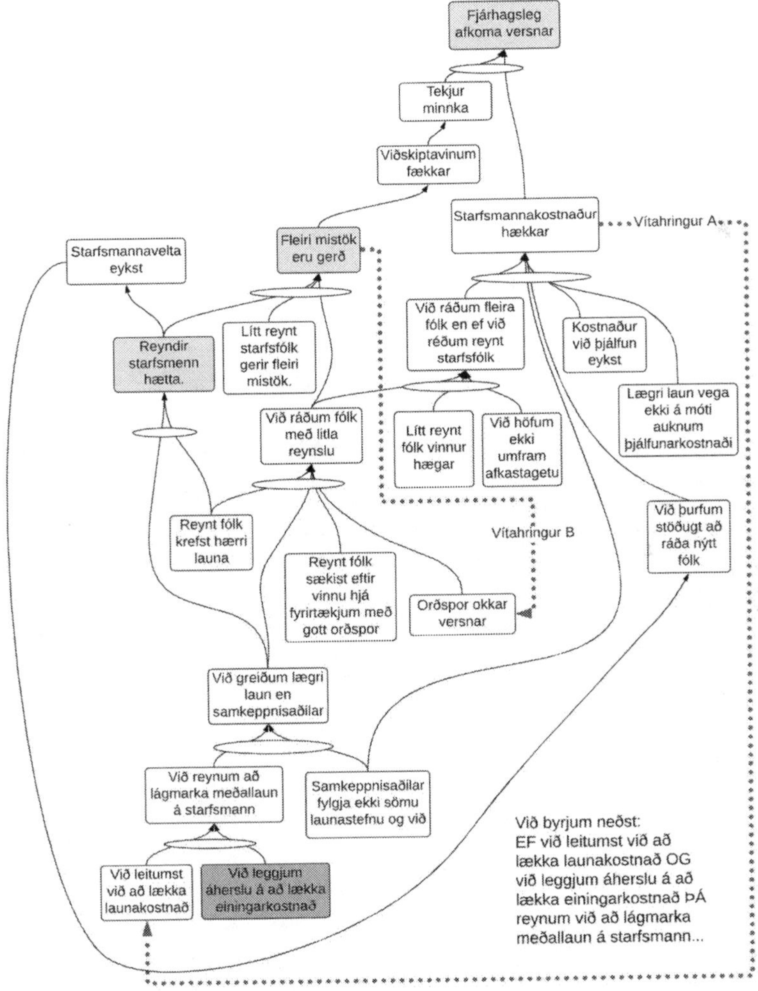

Mynd 2: Rökleg orsakagreining.

Við sjáum einnig tvo vítahringi: Hækkandi launakostnaður þrýstir á sparnað í starfsmannahaldi (vítahringur A), sem aftur veldur mikilli starfsmannaveltu sem síðan eykur launakostnaðinn. Há tíðni mistaka eykur á tregðu reyndra starfsmanna til að vinna fyrir sjúkrahúsið, sem aftur eykur tíðni mistaka (vítahringur B).

Vandamálið við mælikvarða er að ef þeir eru skilgreindir og/eða notaðir á rangan hátt geta þeir hvatt til skaðlegrar hegðunar. Ástæðan er sú að margir lykilmælikvarðar mæla aðeins árangur í einum hluta kerfisins, en hunsa áhrifin á kerfið í heild. Laun á hvern einstakling mæla aðeins launakostnaðinn. Meðallaunakostnaður einn og sér segir í raun ekkert um árangur sjúkrahússins og enn mikilvægara er að hann segir ekkert um mismunandi virði ólíkra starfa. En á endanum er meginatriðið það að meðallaun segja okkur ekkert um launakostnað í heild, því þau eru aðeins annar hluti jöfnunnar að baki heildarlaunakostnaði. Hinn hlutinn er vitanlega starfsmannafjöldinn. Við sjáum hér glöggt hvernig einfeldningslegur lykilmælikvarði, sem tekinn er upp í flýti til að bregðast við óæskilegum afleiðingum ýtir enn frekar undir þær og verður þannig hluti vandans.

En það er mikilvæg ástæða fyrir því að við notum lykilmælikvarða: Að reka fyrirtæki snýst að miklu leyti um að hafa stjórn á hlutunum. Halda kostnaði í skefjum, hámarka tekjur og bregðast við þegar þörf er á. Í rekstri sjúkrahúss er launakostnaður stór hluti rekstrarkostnaðar. Nauðsynlegt er að hafa stjórn á honum og innleiðing lykilmælikvarðans er tilraun til þess.

Hugsum okkur nú að við séum ráðgjafarnir sem gerðu greininguna. Við sýnum framkvæmdastjóranum greininguna okkar. Hver eru líkleg viðbrögð hennar? Er hún líkleg til að hoppa hæð sína í loft upp af kæti og samþykkja umsvifalaust að hætta að byggja ákvarðanir á launakostnaði á starfsmann? Ja, ef svo ólíklega vill til verður fjármálastjórinn örugglega ekki sammála. Hann spyr vitanlega hvernig í ósköpunum við ætlum þá að hafa stjórn á launakostnaði. Og það er allt eins líklegt að enginn hafi svar við þeirri spurningu.

Að leysa togstreituna

Þetta er klassískt dæmi um togstreitu; Okkur finnst að við verðum að gera eitthvað, en á sama tíma grunar okkur líka að við verðum að forðast það með öllum ráðum. Og gjarna strandar málið þar. Við bara lifum með togstreitunni, við höldum áfram að gera hlutina á sama gamla mátann. Í þessu tilfelli væri kannski bara gert markaðsátak, bætt við einhverjum fríðindum fyrir starfsmenn sem kosta fyrirtækið lítið en skipta starfsfólkið miklu máli (ímyndum við okkur) Kannski setjum við af stað samfélagsábyrgðarverkefni í þeirri von að það laði að fólk sem lætur sig slíkt miklu varða. Við gerum eitthvað, það er ljóst. En að ráðast að rót vandans? Nei, oftast ekki.

En hvers vegna ekki? Kannski er það einfaldlega vegna þess að við höfum ekki réttu verkfærin til að ramma inn og leysa undirliggjandi togstreitu.

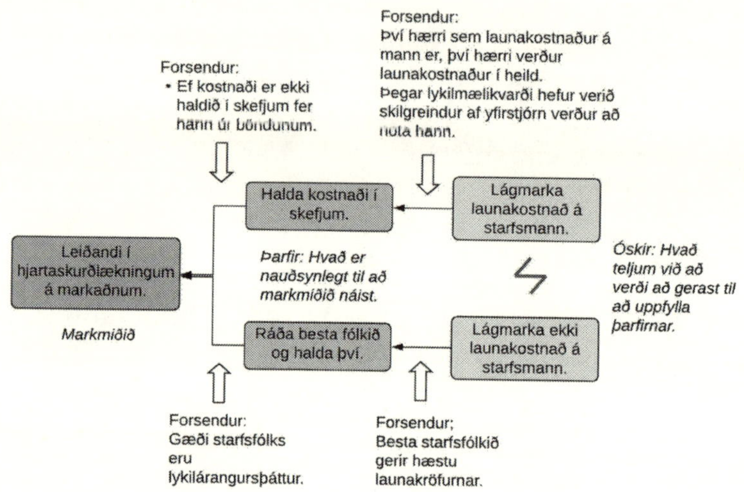

Mynd 3: Togstreitugreining.

Nú skulum við ramma inn togstreituna. Við byrjum á markmiðinu. Markmiðið er að vera leiðandi í hjartaskurðlækningum á svæðinu. Þetta liggur fyrir. Síðan stillum við upp óskunum sem fela togstreituna í sér: Önnur óskin er að við byggjum ákvarðanir okkar á launum á hvern einstakling. Hin óskin er að við byggjum þær alls ekki á launum á hvern einstakling. Að lokum setjum við fram þarfirnar með því að spyrja einfaldlega hvers vegna óskirnar eru til staðar. Hvers vegna verðum við að einblína á laun á hvern einstakling? Við verðum að gera það til að hafa stjórn á launakostnaði. Og hvers vegna eigum við ekki að einblína á laun á hvern einstakling? Við eigum ekki að gera það vegna þess að til að ná markmiði okkar verðum við að ráða hæfasta starfsfólkið.

Næsta skref er að greina forsendur á bak við röktengslin. Í þessu tilfelli, þar sem við höfum þegar séð neikvæð áhrif af lykilmælikvarðanum verðum við að einbeita okkur að því að skoða forsendurnar að baki óskinni um að leitast við að lækka laun á starfsmann.

Fyrst skoðum við þarfirnar. Fyrsta forsendan að baki þeirri þörf að halda kostnaði í skefjum er sú að við verðum að stjórna kostnaði til að hafa stjórn á rekstrinum. Í grundvallaratriðum er þetta rétt jafnvel þó að aðferðir til að þess geti verið mismunandi. Hins vegar er þetta ekki endilega eina leiðin til að ná markmiðinu. Segjum til dæmis að við getum náð samkeppnisforskoti sem leyfir okkur að verðleggja þjónustuna umtalsvert hærra en samkeppnisaðilarnir geta gert, og/eða að ferlar okkar séu svo góðir að við náum fram miklu betri nýtingu á búnaði og starfsfólki en þeir gera. Þá yrði kannski ekki endilega svo mikilvægt að halda kostnaði niðri. En eins og staðan er bendir ekkert til að við búum yfir neinu slíku forskoti. Í öðru lagi gerum við ráð fyrir að fyrsta flokks fólk sé nauðsynlegt til að reka fyrsta flokks sjúkrahús. Þetta er í raun og veru nauðsynlegt skilyrði sem við höfum þegar bent á og kemur fram í markmiðsgreiningunni. Tengslin á milli markmiðsins og þessarar þarfar virðast því traust.

Hvað þá með óskirnar? Við vitum að almennt er það þannig að því verðmætari sem starfsmaðurinn er, þeim mun hærri laun þarf að greiða honum. Auðvitað hafa fleiri þættir áhrif á val fólks á vinnuveitanda, en laun eru mikilvægt atriði og fylgnin hér á milli er jákvæð. Við sjáum því í hendi okkar að við ættum í það minnsta ekki að stefna að lægstu launum fyrir alla okkar starfsmenn, því það getur unnið gegn markmiði okkar. Hvað með aðrar forsendur? Við gerum ráð fyrir að launakostnaður sé stór hluti kostnaðarins. Við gerum ráð fyrir að því hærri sem meðallaunin eru, þeim mun hærri verði launakostnaðurinn. Að lokum gerum við ráð fyrir að þegar lykilmælikvarði hefur verið skilgreindur af yfirstjórn verði að beita honum við ákvarðanatöku.

Eru allar þessar forsendur gildar? Skoðum þær hverja fyrir sig: Launakostnaður er stór hluti kostnaðarins. Þetta vitum við einfaldlega. En þýðir það endilega að við verðum að stýra honum á grunni meðallauna á einstakling? Nei, það gerir það ekki. Jafnvel þótt við samþykkjum að við þurfum að halda launakostnaði í skefjum, þá eru meðallaun alls ekki eini mælikvarðinn sem dugar til þess. Þessi forsenda er því ógild.

Eigum við að stýra á grunni lykilmælikvarðans einfaldlega vegna þess að það er krafa frá æðstu stjórnendum? Í þessu tilfelli ættum við ekki að gera það ef við viljum ná markmiðinu. Þessi forsenda er því einnig ógild.

Hvað með þá þriðju? Eru laun á hvern einstakling eini möguleikinn til að halda launakostnaði í skefjum? Laun eru mismunandi milli einstaklinga. Við gætum til dæmis ákveðið að greiða bestu skurðlæknunum, sem eru lykilstarfsmenn, hærri laun en samkeppnisaðilarnir eru tilbúnir að greiða, en halda launum minna menntaðra starfsmanna sem bæta minna virði við niðri. Heildarkostnaðurinn á hvern starfsmann gæti samt hækkað, en þar sem verið væri að hámarka virði, skipti það ekki máli.

Og að lokum er það heildarlaunakostnaðurinn sem við ættum að einblína á, ekki meðaltalið á mann. Meðaltalið er aðeins hluti af jöfnunni, hinn hlutinn er vitanlega fjöldi starfsmanna. Með öðrum orðum, sá grófi lykilmælikvarði sem við höfum verið að nota er rangur, þar sem hann mælir ekki það sem skiptir máli til að ná markmiðinu. Við verðum að finna annan mælikvarða á launakostnaðinn, ef við þurfum yfirhöfuð að hafa einhvern.

Hver er lærdómurinn sem við getum dregið af þessu? Hann er einfaldur: Fyrirtæki, stofnanir, samfélög, allt eru þetta kerfi. Og til að stjórna kerfi á árangursríkan hátt verðum við að einblína á að hámarka afköst kerfisins í heild, ekki aðeins afköst einstakra hluta þess. Að laga einn hluta gæti eða gæti ekki haft áhrif á frammistöðu kerfisins í heild. Jafnvel þótt það hafi áhrif vitum við það ekki nema við skoðum afköst kerfisins í heild. Þetta er ástæðan fyrir því að mælikvarðarnir sem við notum verða að vera byggðir þannig upp að þeir endurspegli breytingu á afköstum kerfisins í heild. Ef þeir gera það ekki er lítill vafi á að við náum minni árangri en ella og að kerfið verði ávallt þjakað af afleiðingum átaka og togstreitu.

Dæmi 2: Að hrapa að ályktunum

Hvers vegna sagði forstjóri Icelandair upp störfum í ágúst 2018?

Þann 27. ágúst 2018 tilkynnti forstjóri Icelandair um afsögn sína eftir birtingu lágrar tekjuspár fyrir árið 2018. Ástæðan sem gefin var upp var misheppnuð markaðs- og sölustefna sem innleidd var árið 2017, auk leiðabreytinga sem leiddu til „ójafnvægis milli dreifingar fluga til Evrópu annars vegar og Norður-Ameríku hins vegar." Greiningin sem hér fer á eftir er að mestu byggð á fréttaumfjöllun um málið, auk upplýsinga frá aðilum sem þekktu vel til innan fyrirtækisins á þessum tíma.

Árið 2017 ákvað Icelandair að loka öllum söluskrifstofum í Bandaríkjunum og láta alla svæðisstjóra fara. Markmiðið var að straumlínulaga reksturinn í gegnum stafræna umbreytingu, en framkvæmdin mistókst. Einnig var bætt við "light economy" farrými og þess vænst að viðskiptavinir færðu sig upp í venjulegt almennt farrými, en röng verðlagning olli því að nýja ódýra farrýmið varð mun vinsælla en búist var við. Báðar þessar breytingar leiddu því til lægri tekna en vænst var. Á sama tíma bætti fyrirtækið við nýjum flugleiðum til Bandaríkjanna og ákvað um leið að hætta næturflugi til Evrópu og morgunflugi til Bandaríkjanna, þar sem þessir leggir voru taldir skila minnstum arði. Stjórnin vonaðist til að aukin eftirspurn eftir þeim flugum sem eftir voru myndi vega upp á móti tekjumissi frá þeim sem hætt var við, en það gerðist ekki.

Í yfirlýsingu útskýrði forstjórinn að hann tæki ábyrgð á því að tryggja hvorki að breytingarnar á fyrirtækinu væru framkvæmdar nógu vel né að leyst væri nægilega hratt úr vandamálunum sem þær leiddu til.

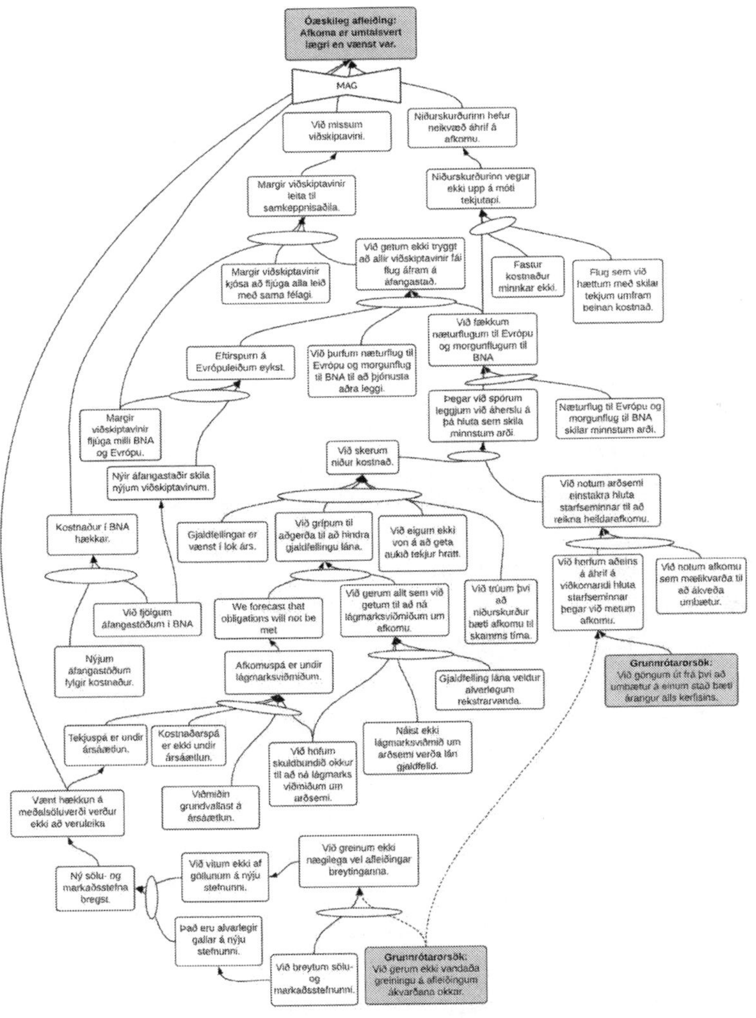

Mynd 4: Rökleg rótargreining - Icelandair 2018.

Röklega rótargreiningin sýnir orsakasamhengið. Við sjáum tvær mikilvægar rætur að baki vandamálum Icelandair. Önnur liggur í þeirri villu að reikna með því að umbætur á einum stað leiði nauðsynlega til jákvæðrar niðurstöðu fyrir kerfið í heild. Leiðaskipulag Icelandair er það sem á ensku kallast "hub and spoke" skipulag, þar sem flogið er til og frá miðstöð, í þessu tilfelli Keflavíkurflugvelli, annars vegar til Norður-Ameríku og hins vegar til Evrópu. Í "hub and spoke" rekstrarlíkani skiptir reiknuð arðsemi einstakra flugleiða ekki máli. Í staðinn þarf að byggja ákvarðanir á heildarmyndinni.

Í stuttu máli er þetta líklega klassískt dæmi um hvernig einföld hugsunarvilla getur haft neikvæð áhrif á ákvarðanatöku: Í þessu tilfelli er mjög líklegt að stjórnendur hafi gert mistök með því að hugsa einungis um staðbundna hagkvæmni, en ekki heildarhagkvæmni, en önnur ástæða, skortur á greiningu áður en ákvörðun er tekin, gæti einnig verið til staðar. Skortur á vandaðri greiningu er einnig líkleg ástæða fyrir misheppnaðri nýrri sölu- og markaðsstefnu. Lánasamningar með gjaldfellingarklausum sem tengdust arðsemi hjálpuðu svo stjórnendum örugglega ekki að halda ró sinni þegar bregðast þurfti við vandamálunum. Samningarnir sem slíkir eru þó ekki rótarorsök, þar sem ofangreindar ákvarðanir voru óháðar þessum samningum.

Myndræn greining, byggð á ströngum rökreglum, er ómetanleg þegar við þurfum að átta okkur á því hvers vegna röng ákvörðun var tekin. Myndin sýnir dæmi um hvernig við getum farið að því. En það er enn mikilvægara að gera röklega greiningu áður en við tökum ákvörðun. Verkfærið sem við notumst þá við er rökleg lausnagreining, sem hjálpar okkur að greina þá keðju atburða sem ákvörðunin leiðir af sér. Þannig getum við staðfest, annars vegar hvort líklegt er að hún leiði til æskilegrar niðurstöðu, og hins vegar hvort hún sé líkleg til að hafa einhverjar ófyrirséðar neikvæðar afleiðingar og hvernig taka megi á þeim. Myndræn framsetning greiningarinnar gerir okkur kleift að greina jafnvel flóknustu atburðakeðjur án þess að týna okkur í smáatriðum. Þannig getum við dregið verulega úr líkunum á að enda í svipaðri stöðu og forstjóri Icelandair í ágúst 2018.

Dæmi 3: Pattstaða

Þegar stjórnarhættir hindra framþróun

Þegar fyrirtæki glímir við stöðnun er orsökin gjarna skipulagsleg, en oft getur reynst erfitt að koma auga á hana nema röklegri greiningu sé beitt. Og jafnvel þótt orsökin finnist er ekki endilega alltaf víst að mögulegt sé að taka á henni.

Verkefnið sem hér er fjallað um snýst um sérhæfða deild í stóru alþjóðlegu tæknifyrirtæki. Deildin fæst við greiningu og umbætur á sviði gagnaöryggis fyrir viðskiptavini. Markaðurinn hefur lengi verið í örum vexti, en þegar þessi greining var gerð höfðu tekjur deildarinnar lítið vaxið árum saman. Markmið verkefnisins var að komast að orsök þessa og leita úrbóta.

Fyrir lá að stjórnendur deildarinnar töldu sig þurfa að bæta við starfsfólki til að ráða við að taka að sér aukin verkefni, en erfiðlega gekk að fá heimild til þess. Ástæðan var sú að til að heimild fengist til að fjölga sérfræðingum varð fyrst að sýna fram á að tímanýting starfsmanna væri nokkuð umfram þá lágmarksnýtingu sem krafist var. Það skipti hins vegar litlu hvert vinnuálagið var, nýtingin var alltaf á svipuðu róli og krafist var að lágmarki.

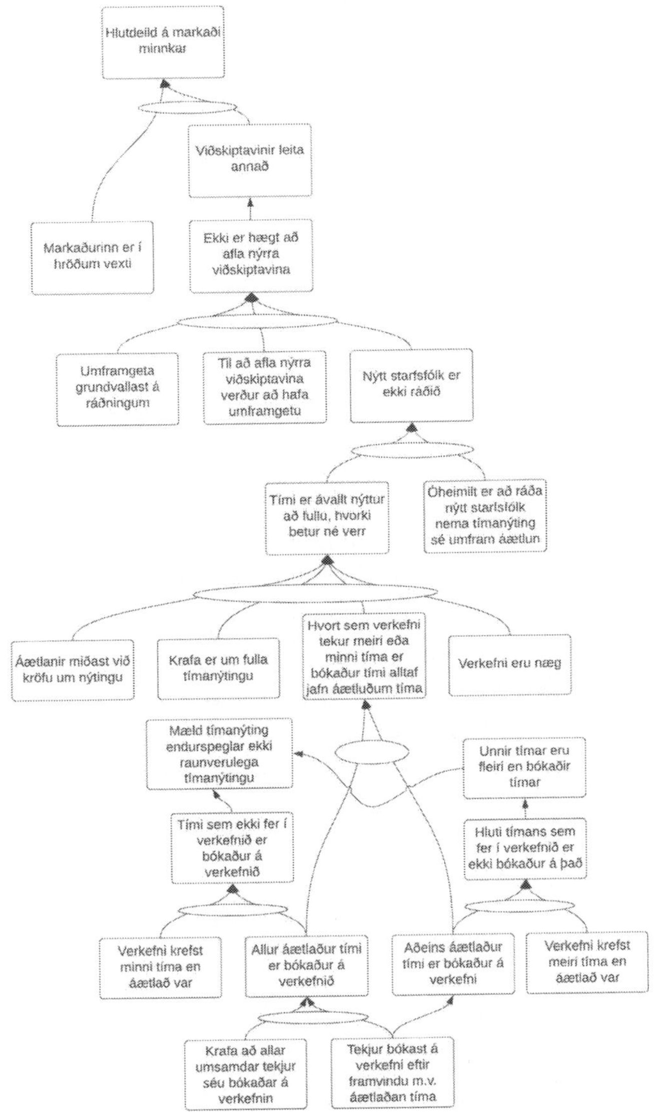

Mynd 5: Rökleg rótargreining.

Eins og sjá má á *mynd 5* leiddi greiningin í ljós athygliverða stöðu. Vegna þess hvernig tilboð í verkefni voru gerð og hvernig tekjur voru bókaðar var í rauninni útilokað annað en að skráð tímanýting yrði ávallt í samræmi við áætlaða nýtingu, sama hver hún í raun og veru var. Færi minni tími í verkefni en áætlað var skráði deildin samt alltaf allan áætlaðan tíma á verkefnið, enda var það nauðsynlegt til að tekjurnar af því yrðu bókaðar á deildina og deildin þurfti að sýna viðunandi afkomu. Ef meiri tími fór í verkefnið var umframtíminn aldrei skráður, enda óheimilt að skrá á verkefni meiri tíma en umsaminn var. Rót vandans lá þannig í samspili þess hvernig verkefni voru verðlögð og seld og hvernig tekjur vegna þeirra voru bókaðar, auk reglna um tímaskráningu. Að öðru óbreyttu var útilokað annað en að vöxtur deildarinnar stöðvaðist vegna þessa.

Þegar þessi niðurstaða var fengin var úr vöndu að ráða. Valkostirnir voru tveir. Annars vegar að reyna að nálgast yfirstjórnina og freista þess að fá reglunum sem unnið var eftir breytt. Þetta höfðu þó stjórnendurnir reynt árum saman, en án minnsta árangurs. Hin leiðin var að skoða hvort einhverju væri hægt að breyta í starfsemi deildarinnar til að skapa svigrúm til vaxtar.

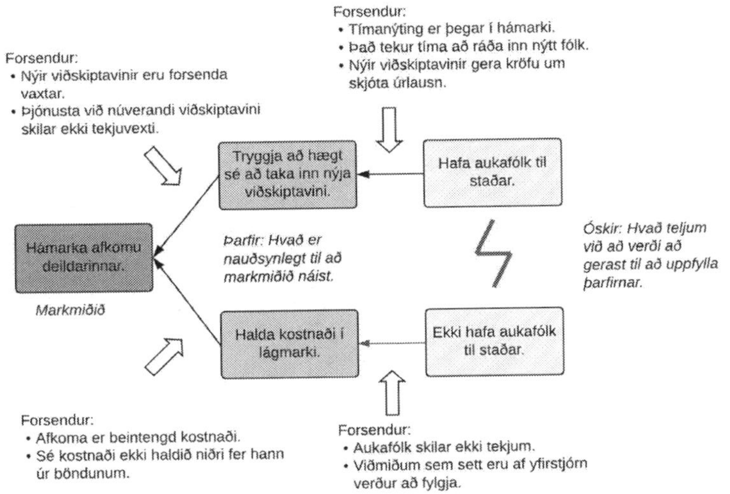

Mynd 6: Aukafólk eða ekki.

Mynd 6 sýnir togstreituna og forsendurnar að baki henni. Hér má glöggt sjá að krafan um að ekkert aukafólk sé til staðar grundvallast á hugsunarvillu. Rökréttasta leiðin til að leysa vandann væri því sú að falla frá þessari ósk. Tilraunir til þess höfðu hins vegar aldrei tekist.

Þegar leitað er lausna á kerfislægum vanda er nauðsynlegt að hafa tvö lykilhugtök í huga. Annars vegar valdsvið þess sem leitar lausnarinnar og hins vegar áhrifasvið hans. Tilgangslaust er að leita lausna á rótarorsökum sem liggja utan eigin áhrifasviðs. Liggi þær innan áhrifasviðsins en utan valdsviðsins er gjarna hægt að finna lausnir. Liggi rótarorsökin innan valdsviðsins eru líkurnar mestar á að taka megi á henni.

Valdsvið stjórnenda deildarinnar laut að starfsemi hennar. En þeir voru ekki einráðir um allt sem starfseminni viðkom, þeim bar einnig að fylgja reglum og viðmiðum fyrirtækisins. Áhrifasvið þeirra náði lengra. Þeir gátu gert tilraunir til að sannfæra yfirmenn um nauðsyn breytinga, en þessi áhrif voru bersýnilega ekki nægilega sterk í þessu tilfelli.

Spurningin var því þessi: Er eitthvað sem mögulegt er að gera til að leysa upp togstreituna, og sem jafnframt fellur innan valdsviðs okkar, þ.e. eitthvað sem við getum framkvæmt án þess að þurfa fyrst að leita samþykkis yfirmanna?

Til að ná hámarksárangri verður bæði að halda kostnaði í skefjum og auka tekjur. Þetta eru þarfirnar sem skilgreindar hafa verið. Óskirnar eru annars vegar að hafa aukamannafla til staðar og hins vegar að forðast það. Það liggur fyrir að það að forðast að hafa aukamannafla til staðar grundvallast ekki á traustum forsendum, forsendurnar að baki hinni óskinni eru traustari. En eru þær fyllilega gildar?

Ein forsendnanna er sú að ekki sé hægt að útvista verkefnum deildarinnar til þriðja aðila, þ.e. að ekki sé hægt að nýta þjónustu verktaka. Þetta hafði aldrei verið gert, deildin sinnti viðkvæmum verkefnum og traust milli hennar og viðskiptavina var mikilvægt. En var þetta samt í raun og veru útilokað? Til að kafa nánar í málið var forsendan umorðuð og borin upp við stjórnendur: "Er algerlega útilokað að við munum nokkru sinni geta nýtt þjónustu verktaka að neinu leyti í nokkru verkefni?" Þegar stjórnendur veltu þessari spurningu fyrir sér kom á daginn að forsendan var í rauninni ekki rétt. Engar sérstakar reglur hindruðu að þjónusta verktaka væri notuð og verkþættirnir voru sumir þess eðlis að lítil sem engin áhætta var í því fólgin að fela þá þriðja aðila. Þannig var hægt að leysa málið innan deildarinnar, án þess að þörf væri á því að ráða inn starfsmenn.

Hér er mikilvægt að hafa í huga að sjálf rótarorsökin var áfram til staðar og er enn. En með því að einblína á þann hluta kerfisins sem féll innan valdsviðs stjórnenda deildarinnar og fara gagnrýnið yfir forsendurnar að baki þeirra eigin ósk fannst lausn sem dró verulega úr skaðsemi rótarorsakarinnar. Jafnvel mætti segja að rótarorsökin hafi verið gerð óvirk. Og þar með var hún ekki lengur vandamál, því hún hindrar nú ekki lengur deildina í að ná því markmiði sínu að vaxa og verða leiðandi á markaðnum.

Af þessu dæmi má draga nokkrar mikilvægar ályktanir.

Í fyrsta lagi hvernig reglur og viðmið innan skipulagsheilda, sem við fyrstu sýn kunna að virðast skynsamleg og eðlileg geta staðið í veginum fyrir árangri og framþróun.

Í öðru lagi að þrátt fyrir að við hljótum ávallt að leitast við að horfa á hvert kerfi sem heild getur takmarkað valdsvið eða áhrifasvið valdið því að við verðum að þrengja sjónarhornið til að finna lausnir.

Í þriðja lagi að þegar við greinum togstreitu milli andstæðra óska er lykilatriði að leita ekki aðeins rangra forsendna að baki ósk hinnar hliðarinnar, í rauninni þurfum við að leggja enn meiri áherslu á að leita uppi villur í okkar eigin forsendum. Gleymum því ekki að rangar forsendur eru gjarna stærsta hindrunin í vegi réttrar greiningar og þar er stærsta hættan sú að okkur yfirsjáist okkar eigin fyrirframgefnu, en röngu forsendur.

Dæmi 4: Hvaða starfsemi stundum við?

Þegar úrelt skilgreining á hlutverki fyrirtækis veldur stöðnun og hnignun

Fyrirtækið sem hér um ræðir er rótgróinn innflytjandi á sérhæfðum varningi. Fyrirtækið hafði um nokkra hríð verið að tapa markaðshlutdeild og skilaði ófullnægjandi rekstrarárangri. Umframbirgðir hrönnuðust upp og þjónustan við viðskiptavini var tekin að versna. Endurteknar tilraunir til að ná samstöðu um leiðir til að bæta ástandið höfðu allar mistekist og stjórnendur voru ósammála um hvað skyldi gera.

Fyrsta skrefið í greiningunni var að vinna markmiðsgreiningu með hópi stjórnenda og lykilstarfsmanna. Ekki kom á óvart að þar sem um var að ræða hagnaðardrifið fyrirtæki var samstaða um að markmiðið væri að bæta hagnað, bæði til skemmri og lengri tíma. Mikilvægir árangursþættir sem voru skilgreindir beindu sjónum að stærstu vandamálunum, óæskilegum afleiðingum, sem sáust glöggt.

Röklega rótargreiningin tók töluvert lengri tíma. Kjarnahópurinn samanstóð af þremur æðstu stjórnendum, en aðrir voru kallaðir inn til að veita sérfræðiráðgjöf þegar þörf krafði.

Meginþættir greiningarinnar sneru að umframbirgðum, ófullnægjandi söluvexti og slakri þjónustu. Allar þessar óæskilegu afleiðingar voru greindar ítarlega. Fljótlega kom í ljós að ein af helstu skýringunum var að mikill fjöldi samskonar eða svipaðra vara frá mörgum mismunandi birgjum olli sölumönnum vandkvæðum. Þetta átti einnig stóran þátt í óhóflegri birgðasöfnun. Aðrar meginskýringar voru skortur á fjárfestingu í þjónustu, að einungis var til staðar einn sölukanall til að þjóna jafnt endursöluaðilum, verktökum og einstaklingum, og ómarkviss stýring innkaupa.

Það var einmitt þegar verið var að greina hvers vegna sambærilegum vörum fjölgaði stöðugt, að hópurinn fann mikilvæga orsök að baki flestum óæskilegu afleiðingunum. Það kom í ljós að ástæðan var sú að þegar endursöluaðilar tóku að versla beint við birgja leitaði fyrirtækið venjulega að nýjum birgjum með sambærilegar vörur.

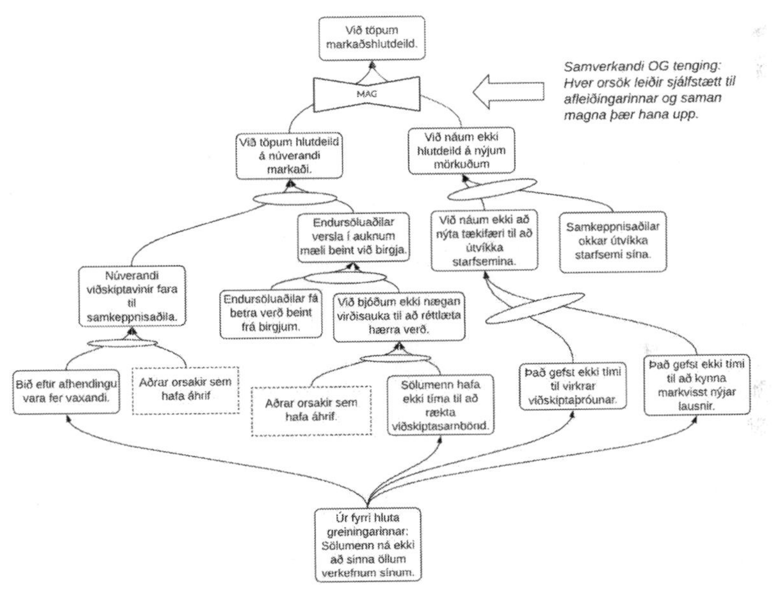

Mynd 7: „Við skilgreinum okkur sem dreifingaraðila". Hluti, einfölduð rökleg rótargreining, hluti 1.

Það var á endanum lausleg athugasemd frá framkvæmdastjóra, þegar hann var spurður um þetta, sem afhjúpaði rót vandans: „Ja, við skilgreinum okkur auðvitað sem dreifingaraðila. Við höfum alltaf verið það". Og innifalið í þessari sýn var að endursöluaðilar þeirra ættu að kaupa frá þeim, ekki beint frá birgjum.

Staðreyndin var hins vegar sú að sala í gegnum endursöluaðila, sem áður var aðal tekjulindin, var nú aðeins fjórðungur heildarteknanna. Það kom einnig í ljós að trúin á að einkadreifing skilaði alltaf betri framlegð var röng.

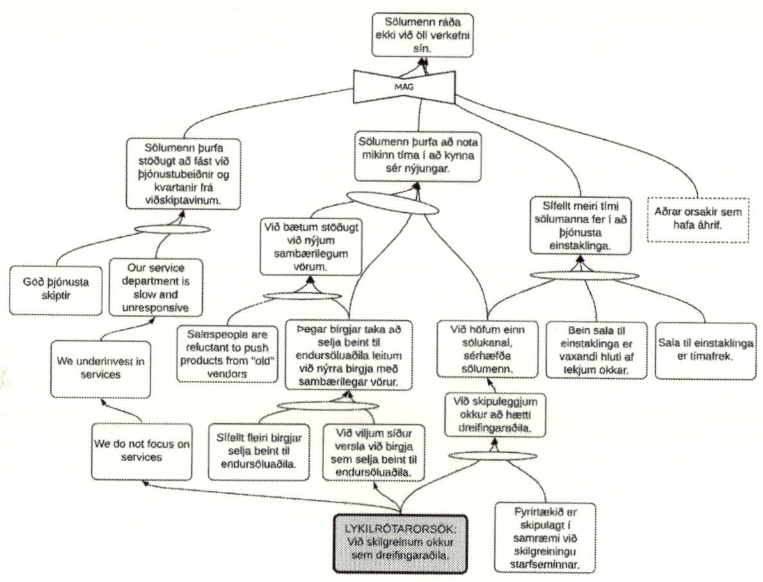

Mynd 8: „Við skilgreinum okkur sem dreifingaraðila". Einfölduð rökleg rótargreining, hluti 2.

Þessi mikilvæga rótarástæða, rótgróin en röng skilgreining á því hvað fyrirtækið fékkst við, var nokkuð sem enginn hafði búist við. En eins og kom í ljós, var þessi dulda samstaða um löngu úrelta skilgreiningu á rekstrarlíkaninu á bak við flest önnur vandamál líka: Tekjur voru ekki að aukast vegna þess að í stað þess að nota mismunandi sölukanala gagnvart ólíkum markaðshlutum var aðeins til staðar teymi sölumanna - eins og hæfði dreifingaraðila - og jafnvel þó ljóst væri að auka mætti söluna með því að bæta við fleiri kanölum var það ekki gert til að styggja ekki endursöluaðilana (sem raunar skiptu samt ekki miklu máli lengur, og sem notuðu hvert tækifæri til að kaupa beint frá birgjunum). Þjónusta var álitin aukaatriði sem skipti ekki máli - fyrir dreifingaraðila hafði hún lítið vægi. Við sjáum þetta í einfaldaðri útgáfu af röklegu rótargreiningunni á myndum 7 og 8.

Eins og oft gerist, þegar mikilvæg rótarorsök hefur fundist, féll nú allt í réttar skorður. Og þegar greiningunni var deilt með öðrum innan fyrirtækisins voru viðbrögðin á einn veg: „Auðvitað, þetta hefur verið vandamálið allan tímann. Af hverju gerðum við okkur ekki grein fyrir því?"

Nú var leiðin fram á við skýr. Áætlanir voru gerðar um að bæta við nýjum sölukanölum, endurskipuleggja innkaupaferlið, fjárfesta í bættri þjónustu og hefja markvissa viðskiptaþróun.

Hér er á ferðinni skýrt dæmi um hvernig vandamál geta átt sér rót í rangri eða úreltri sýn á kerfið eða umhverfi þess. Til að ná fram viðvarandi breytingum er nauðsynlegt að gera sér grein fyrir því að sýnin er röng. Svo lengi sem það gerist ekki er ólíklegt að þær umbætur sem ráðist er í endist. Eins og við sjáum á greiningarmyndunum innihalda þær lítið af tölum og enga útreikninga. Það þýðir ekki að horft sé framhjá gögnunum sem er að finna í rekstrar- og efnahagsreikningi fyrirtækisins. Þar birtast afleiðingar undirliggjandi vanda og óviðunandi rekstrarafkoma er gjarna það sem ýtir greiningarferlinu af stað. En röklega umbótaferlið snýst um samhengi orsaka og afleiðinga innan kerfisins, hvernig eitt leiðir af öðru. Það snýst um að skilja hvernig kerfið virkar fremur en að einblína á afleiðingarnar.

Samantekt

Kerfismiðuð hugsun og mikilvægi hennar

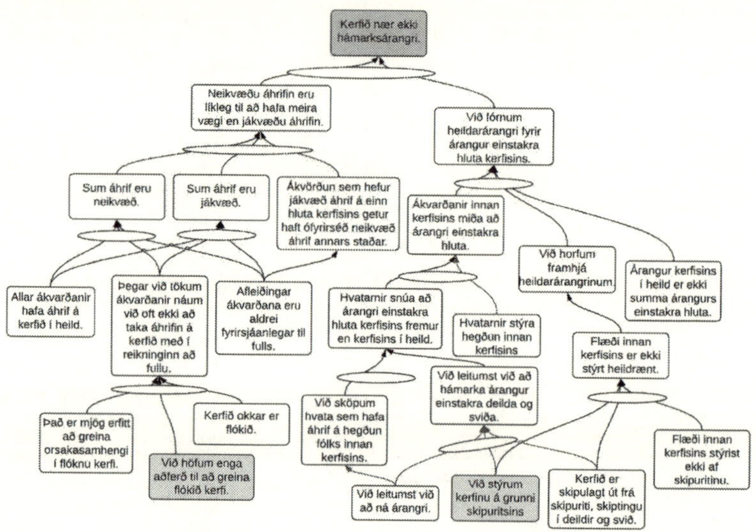

Mynd 9: Hvað hindrar að kerfi nái hámarksárangri?

Hver einasta skipulagsheild er kerfi. Í slíku kerfi hefur það sem gerist einhvers staðar í kerfinu áhrif annars staðar, en það getur verið afar erfitt að átta sig á hver þau áhrif verða. Fyrirtæki, stofnanir og aðrar skipulagsheildir eru yfirleitt stigveldi, skipt upp á grunni viðfangsefna. En stigveldið og uppskiptingin endurspegla nánast aldrei flæðið innan kerfisins, heldur hylja þau oft raunveruleg orsakatengsl innan þess. Kerfismiðuð hugsun (e. systems thinking) snýst um að afhjúpa orsakatengslin. Röklega rótargreiningin sem myndin sýnir útskýrir hvernig óviðunandi árangur stafar af tveimur rótarorsökum: Annars vegar tilhneigingunni til að stýra einungis út frá skipuritinu og hins vegar skorti á réttum tólum til að greina orsakatengsl innan kerfisins. Hægt er að beita röklegu umbótaferli til að losna við aðra rótarorsökina, og um leið og henni hefur verið útrýmt eru allar líkur á að hin hverfi einnig.

Þriðji hluti

Í breyttum heimi

Hvað eru mállíkön, hvaða áskoranir fylgja þeim og hverju breyta þau varðandi röklega hugsun og greiningu

Stór mállíkön á borð við ChatGPT eru líklega mikilsverðasta nýjung sem mannkynið hefur fundið upp allt frá tilkomu rafmagnsins. Mikilvægasti munurinn á gervigreind eins og höfum þekkt hana til skamms tíma og þessum nýju líkönum er að við getum notað venjulegt mál til að eiga samskipti við þau og þau ná á því sífellt betra valdi. Tökin sem þau hafa náð á málinu virðast jafnframt gera þeim kleift að þróast áfram á eigin forsendum.

Mállíkön og stýrikerfi siðmenningarinnar

Kjarnavirkni mállíkananna er geta þeirra til að spá fyrir um næsta orð í setningu. Þetta kann að hljóma eins og einföld og jafnvel lítilsverð hæfni, en það er samt á þessari grunnvirkni og frekari útfærslu hennar sem öll hin fjölbreytta hæfni líkananna grundvallast. Til að spá rétt notast líkönin við gríðarlegt magn texta. Í líkaninu er hvert orð sett fram á formi orðvigra (e. *word vectors*) sem eru líkt og hnit byggð á aragrúa vídda og gera líkaninu kleift að setja orð í samhengi við önnur orð og orðmyndir innan tungumálsins. Þegar líkanið spáir fyrir um næsta orð byrjar það á að flokka orðin innan setningarinnar og skýra merkingu þeirra í því samhengi sem við á. Með endurtekningu myndar líkanið sífellt betri "skilning" á merkingu setningarinnar. Líkanið spáir síðan fyrir um næsta orð með því að "hugsa" um upplýsingarnar sem orðið hafa til í þessu ferli. Allt byggir þetta á endanum á líkindunum sem er að finna í þeim texta sem líkanið er matað á.

Hæfni líkananna til að leita upplýsinga og svara spurningum, þýða, skrifa, stytta og umbreyta texta, greina töluleg gögn, eiga við okkur samskipti þannig að við greinum jafnvel ekki muninn á vél og manneskju, öll þessi hæfni grundvallast á þessari kjarnavirkni. Það er áhugavert að velta því fyrir sér hvort á endanum er einhver sérstaklega mikill munur á því hvernig mállíkan "hugsar" og hvernig við hugsum. Leiða má að því rök að stærsti hlutinn af hugsun okkar sé í grunninn afar áþekkur þessari virkni mállíkananna, að mjög mikið af því sem við segjum sé í rauninni fremur "hugsunarlaus" endurtekning, byggð á líkindum sem grundvallast á reynsluþekkingu okkar, sem að stórum hluta á sér uppruna í texta, hvort sem hann er á skriflegu eða munnlegu formi. Það sé ekki fyrr en kemur að skipulegri, röklegri hugsun, þar sem reglum er beitt, sem við sjáum grundvallarmun. Sá munur er þó ekki meiri en svo að með réttum aðferðum má láta mállíkön fylgja formlegum rökreglum. Það er hér sem gildi þeirra fyrir röklega greiningu liggur.

"Tungumálið er stýrikerfi siðmenningarinnar" sagði sagnfræðingurinn Yuval Noah Harari í grein í *The Economist* sumarið 2023 og benti á að nú hefði gervigreindin hakkað sig inn í þetta stýrikerfi.[5] Þessu fylgja ýmsar alvarlegar ógnanir, en einnig tækifæri. Ógnirnar grundvallast fyrst og fremst á því að við útvistum samskiptum okkar og hugsun til líkananna í stað þess að nýta getu þeirra til að efla okkur sjálf. Með öðrum orðum, að tilhneiging okkar til að auðvelda okkur lífið leiði til þess að við glötum eigin sjálfstæði sem einstaklingar.

---

[5] "Yuval Noah Harari argues that AI has hacked the operating system of civilization", The Economist, 28. apríl 2023.

Nú má auðvitað segja að við útvistum flest hugsun okkar að talsverðu leyti nú þegar, og höfum raunar lengi gert. Við látum fjölmiðla mata okkur á upplýsingum, meðtökum hugmyndir og kenningar án mikillar umhugsunar, fylgjum fjöldanum, treystum sérfræðingum, jafnvel þegar ráðleggingar þeirra ganga þvert gegn almennri skynsemi. Og þetta er ekkert nýtt.

Fyrir 240 árum lýsti þýski heimspekingurinn Immanúel Kant áhyggjum sínum af þessu í frægri grein. Þar segir hann meðal annars: *„Upplýsing er lausn mannsins úr viðjum þess ósjálfræðis sem hann á sjálfur sök á. Ósjálfræði er vanhæfni mannsins til að nota eigið rökvit án handleiðslu annarra. Maðurinn á sjálfur sök á þessu ósjálfræði."*[6] Frjáls umræða er forsenda framþróunar, segir Kant, og til að hún eigi sér stað verður ekki aðeins að tryggja tjáningarfrelsi með lögum, heldur einnig að vinna bug á inngróinni hugsanaleti og ótta fólks við að nota eigið hyggjuvit. Í stað þess að beita eigin dómgreind útvisti fólk hugsun sinni til sérfræðinga af ýmsum toga, hvort sem það eru embættismenn, prestar, læknar, herforingjar eða aðrir sem eru tilbúnir til að taka sér vald til að úrskurða um hvað er rétt og hvað rangt.

Að mati Kants leiðir þetta ástand raunar af sér vítahring: Meirihluti sérfræðinganna leitast við að hindra að almenningur hugsi sjálfstætt. Almenningur forðast þá sjálfstæða hugsun og krefst leiðsagnar. Sérfræðingarnir hafa þá ekki önnur úrræði en að festast í dogmatískum skoðunum, því víki þeir frá þeim þvingar almenningur þá til fylgis við þær aftur.

---

[6] Immanúel Kant: Svar við spurningunni: "Hvað er upplýsing?", Skírnir, haust 1993, bls 379.

En það er grundvallarmunur á því að treysta á skoðanir og ráðleggingar sérfræðinga eða almenningsálit og þeirri útvistun hugsunar, samskipta og ákvarðanatöku, jafnt í starfi og einkalífi, sem mállíkönin bjóða upp á. Við getum falið þeim að skrifa fyrir okkur texta, útfæra fyrir okkur reiknilíkön og greiningar, framkvæma sjúkdómsgreiningar, taka ákvarðanir um persónuleg málefni, og jafnvel eiga samskipti í okkar nafni.

En hvað er það sem við þurfum að varast? Hvað þurfum við að leggja áherslu á í breyttum heimi? Hvernig getum við nýtt mállíkönin til að bæta og hraða röklegri greiningu, og hvaða áhrif hefur það á gæði ákvarðana okkar?

Að sjálfvirknivæða samskiptin

Nú þegar eru komnar á markað gervigreindarlausnir sem senda út tölvupósta og skilaboð, svara og bóka sölufundi, allt í nafni nafngreindra sölufulltrúa. Mikill áhugi er á þessari þjónustu. Það kemur ekki á óvart, enda gríðarlegur ávinningur af sjálfvirkninni.

Þetta er afmarkað svið, en langt í frá það eina þar sem slíkar lausnir munu ná fótfestu og eru nú þegar teknar að ná henni. Innan skamms verður orðið algengt að fólk láti gervigreind ekki aðeins skrifa og svara tölvupóstum og öðrum skilaboðum í eigin nafni, heldur einnig að líkja eftir eigin rödd í símtölum og líkja bæði eftir eigin rödd og persónu á fjarfundum. Þannig verður hægt að margfalda eigin afköst með því að afrita sjálfan sig. *„Ég er ekki ég, ég er annar"* söng Megas forðum. Það verða brátt orð að sönnu.

Gervigreindarlíkönin eru bæði mjög vel fær um að líkja eftir ritstíl og þess vegna talanda einstaklinga og auðvelt er að mata þau með upplýsingum sem gera eftirlíkinguna trúverðuga. Fyrst um sinn má búast við að slíkar eftirlíkingar verði helst notaðar í starfstengdum tilgangi, en það á eftir að breytast fljótt. Innan skamms má gera ráð fyrir að fólk noti slíka möguleika einnig í persónulegum samskiptum.

Vandinn er að þau okkar sem nýta tæknina á þennan hátt geta fljótt hætt að vita nákvæmlega hvað hefur verið sagt og gert í þeirra nafni og hvaða skilaboðum hefur verið komið á framfæri við eftirmyndina. Á endanum grundvallast sjálfsmynd einstaklingsins og sú mynd sem aðrir hafa af honum á þeim samskiptum sem hann á við samferðafólk sitt og þeim endurminningum sem á þeim byggja. Freistingin til að afrita okkur sjálf er því líklega ein stærsta ógnin af gervigreindinni. Þessi freisting getur nefnilega á undraskömmum tíma valdið því að við glötum stjórn á eigin lífi, missum sjónar á því hver við erum.

Að tala tungum en skilja ekki bofs

Snemma árs 2023 sat ég kynningarfund hjá alþjóðlegu hugbúnaðarfyrirtæki. Þar var fólk víðsvegar að úr heiminum að tala, allir á ensku. Enska er fyrirtækismálið. En enginn ræðumanna hafði ensku að móðurmáli, sem heyrðist auðvitað vel. Ég fór að velta því fyrir mér hvað þetta væri í rauninni skrítið, að fólk eyði megninu af vinnutíma sínum í að eiga samskipti á máli sem það kann ekki almennilega og getur í rauninni aldrei náð viðunandi tökum á. Öll blæbrigði tapast, öll sköpun í málinu, öll margræðnin, ósögðu orðin, dulda kaldhæðnin og leyndi húmorinn.

Skömmu seinna var ég svo að leiðbeina einum nemenda minna, þýskum hugbúnaðarsérfræðingi sem talar nú bara alveg bærilega ensku, en samt fór mikill tími í að komast að því hvað hann var nákvæmlega að meina með tiltekinni málsgrein. Ég spurði hann hvort hann gæti ekki bara sagt mér það á þýsku. "Kanntu þýsku?"spurði hann. "Ja, lærði hana allavega í menntó" svaraði ég, "kannski langsótt að segja að það þýði að ég kunni þýsku." Svo hlógum við bara. Tókst þó á endanum að greiða úr málinu, á ensku, sem við kunnum samt hvorugur til hlítar. Skildum við þá málsgreinina á sama hátt? Alveg örugglega ekki.

En nú höfum við gervigreind. Og hvort sem okkur líkar það betur eða verr, þá er gervigreindin umtalsvert betri í ensku en nánast allir sem hafa hana ekki að móðurmáli, og raunar stór hluti hinna líka. Stíllinn vissulega flatneskjulegur, en sama gildir svo sem þegar fólk tjáir sig á máli sem það kann ekki til hlítar. Innan skamms má svo reikna með að tæknin hafi almennt náð því stigi að í síma og á fjarfundum getum við einfaldlega talað okkar eigið móðurmál, en látið gervigreind um að snara efninu jafnóðum yfir á hvaða annað tungumál sem er. Svíinn sem starfar hjá alþjóðlega hugbúnaðar-fyrirtækinu talar þá bara einfaldlega sænsku við Úkraínumanninn eða Frakkann, og þeir heyra bara úkraínsku eða frönsku útgáfuna og svara á sínu máli. Og þegar Elon Musk eða aðrir sem vinna nú að því hörðum höndum að þróa örflögur í heila fólks eru komnir lengra verður jafnvel nóg að þrýsta á hnapp á heilafjarstýringunni sem við göngum brátt öll með, til að skipta um tungumál og tala frönsku, úkraínsku, svahílí eða hindí eftir því hvað hentar. En auðvitað án þess að skilja bofs í því sem við látum út úr okkur.

Við fyrstu sýn kynni þetta að virðast frábær lausn til að tryggja framtíð smárra málsvæða, sem lengi hafa átt undir högg að sækja. En ekki er allt sem sýnist.

Samkvæmt gömlum bókum talaði mannkynið eitt sinn allt sama tungumálið. Mannkynið var líka fullt sjálfstrausts og tók sér það fyrir hendur að byggja turn sem ná átti til himins, Babelsturninn. En áður en verkinu var lokið ruddu æðri máttarvöld turninum um koll, tvístruðu fólkinu um allar koppagrundir og, það sem kannski var mest um vert, rugluðu tungumál þess svo ólíkar þjóðir hættu að skilja hver aðra.

Þúsundir ólíkra tungumála eru töluð í heiminum í dag. Sum eru hvert öðru lík, önnur gerólík. Og tungumál þróast. Þróun þeirra er að stórum hluta háð þeirri snertingu við önnur tungumál sem á sér stað með ferðalögum og fólksflutningum. En þessi þróun birtist einnig í ólíku málfari eftir kynslóðum. Þess er skemmst að minnast þegar unglingar tóku sig saman, í kjölfar eigin afhroðs á Pisa prófum, og prófuðu þá fullorðnu í unglingamáli. Frammistaðan var síst betri á því prófi en á Pisa hjá unglingunum.

En með tímanum rennur orðfæri unglinganna og orðfæri hinna fullorðnu saman. Þannig halda kynslóðirnar áfram að skilja hver aðra um leið og málið þróast. Og tungumálin þróast áfram, ekki aðeins í krafti kynslóðaskipta heldur einnig vegna stöðugrar snertingar við önnur mál.

En hvað ef sú framtíðarsýn sem lýst er hér að ofan verður að veruleika? Eða öllu heldur, hvað þegar hún verður orðin að veruleika? Hvað þegar við verðum hætt að skilja og nota önnur tungumál, þegar unglingurinn og foreldrið þurfa ekki lengur að reyna að skilja hvort annað, heldur geta látið tæknina um þýðinguna, og jafnvel um tjáninguna sjálfa?

Eins og Harari hefur bent á er tungumálið stýrikerfi mannlegs samfélags. Án tungumálsins væri samfélag okkar einfaldlega ekki til. Við tölum gjarna um að það markverða við stóru mállíkönin sé hvernig þau hafa náð valdi á tungumálinu. Þá erum við yfirleitt að nota hugtakið vald í merkingunni að ráða við að nota sér eitthvað. En hugtakið vald hefur aðra og viðurhlutameiri merkingu, og þá notum við forsetninguna "yfir" en ekki "á". Það er sú merking sem við þurfum að velta fyrir okkur nú, þegar í það stefnir að mállíkönin, ein merkasta uppgötvun mannkyns, kunni fljótlega að hafa milligöngu við stóran hluta af samskiptum okkar, og ná þar með valdi yfir þeim. Sagan af Babelsturninum kynni að eiga eftir að blikna í samanburðinum. Því í þetta sinn gætu það orðið einstaklingar, en ekki þjóðir, sem tvístruðust um veröldina og hættu að skilja hverjir aðra.

Hvernig mállíkönin þróa með sér nýja hæfni

Það hefur vakið verðskuldaða athygli hvernig stór mállíkön virðast tekin að þróast áfram án sérstaks atbeina þeirra sem reka þau. Áhugavert er að velta fyrir sér með hvaða hætti tök þeirra á tungumálinu valdi þessari þróun. Nýlegt dæmi um þetta tengist hæfileikanum til að setja sig inn í hugarheim annars einstaklings, hæfileiki sem almennt hefur verið talið að einungis maðurinn hafi. Þessi hæfileiki kallast í sálfræðinni hugarkenning (e. theory of mind), sem vísar til þess að einstaklingur geti búið sér til "kenningu" um það hvernig hugarheimur annars einstaklings er. Þessi hæfileiki er grundvallaratriði þegar kemur að mannlegu samfélagi, án hans er erfitt að sjá að neitt samfélag gæti þrifist.

Hér er einföld þraut af þessu tagi:

"Á borðinu er poki fullur af poppkorni. Það er ekkert súkkulaði í pokanum. Á miða á pokanum stendur "súkkulaði", ekki "poppkorn". Siggi sér pokann. Hann

hefur aldrei séð hann áður. Hann sér ekki hvað er í pokanum. Hann les á miðann. Hvað telur hann að sé í pokanum?"

Rétta svarið er auðvitað að Siggi heldur að það sé súkkulaði í pokanum því það stendur á miðanum. Þegar Michal Kosinski prófessor við Stanford-háskóla kannaði árið 2023 hvort fyrstu mállíkönin réðu við þetta verkefni var niðurstaðan neikvæð. GPT-1 og 2 svöruðu bæði rangt. En svo prófaði hann næstu kynslóð líkansins, GPT-3. Og í 40% tilfella réði það við verkefni af þessu tagi. GPT-3.5 réði við þau í 90% tilfella og GPT-4 í 95% tilfella.[7]

Þessi hæfni kom á óvart, því ekkert hafði verið gert til að byggja hæfni til að setja sig inn í hugarheim annarra inn í líkönin og raunar engar rannsóknir til sem sýndu að það væri yfirleitt hægt. Þessa hæfni öðluðust þau einfaldlega af sjálfu sér þegar þau stækkuðu og gagnamagnið sem þau eru þjálfuð á jókst. Það að þetta gat gerst grundvallast á getu líkananna til að nota tungumálið segir Kosinski.

Mállíkönin draga athygli okkar að mikilvægi tungumálsins og því hvernig það grundvallar samfélög okkar og tilveru. Við höfum nú tækni sem ræður sífellt betur við notkun tungumálsins og sem hefur það umfram okkur að búa yfir margfalt meiri vitneskju en nokkur einstaklingur gæti mögulega aflað sér á heilli ævi og getur unnið verkefni langtum hraðar. Þessu fylgja ógnanir sem við verðum að taka alvarlega. En einnig tækifæri. Því þessa tækni getum við notað til að stórefla okkar eigin afkastagetu, ályktunarhæfni og

---

[7] https://arxiv.org/pdf/2302.02083v3

ákvarðanir ef við notum hana rétt. Þannig getum við nýtt hana til að öðlast meiri frítíma og aukin lífsgæði.

Gagnrýnin hugsun og gervigreind

Rökhugsunin er tvíeggjað sverð, enda má jafnt beita henni til að gagnrýna eigin forsendur og til að réttlæta þær.

"Ég tel að leyndarmálið að baki því að verða góður vísindamaður liggi ekki í getunni til að hugsa. Hana höfum við öll. Við verðum einfaldlega að horfa á veruleikann og hugsa rökrétt og af nákvæmni um það sem við sjáum. Lykilatriðið er að hafa hugrekki til að horfast í augu við misræmið milli þess sem við sjáum og ályktum og þess sem við eigum að venjast. ... Framþróun þekkingarinnar grundvallast á því að horfa gagnrýnið á grundvallarforsendur um hvernig veröldin er og hvers vegna."[8]

Eliyahu M. Goldratt

Í umræðu um gervigreind og þær áskoranir sem henni fylgja er áherslan á nauðsyn gagnrýninnar hugsunar gjarna fyrirferðarmikil. En hvað er gagnrýnin hugsun og hvers vegna er hún svo mikilvæg þegar kemur að gervigreindinni? Hvað er hugsun? Hvað er það sem við gagnrýnum þegar við beitum gagnrýninni hugsun? Þessar spurningar er gagnlegt að skoða í ljósi þriggja lykilhugtaka sem eru skýr hugsun, rökhugsun og réttlæting.

---

[8] Goldratt, Eliyahu: The Goal - A Process of Ongoing Improvement, Great Barrington, 2014, bls. 4.

„Nú eruð þið vopnaðir og hættulegir“ sagði H. William Dettmer, höfundur röklega umbótaferlisins við okkur nemendur sína í lok námskeiðs sem ég sótti í París fyrir nokkrum árum.

Við höfðum eytt sex dögum í að læra og æfa okkur í að beita strangri röklegri greiningu til að greina aðstæður, afhjúpa djúpstæðar orsakir að baki vandamálum, leysa úr erfiðri togstreitu og kortleggja traustar framtíðaráætlanir. Vopnaðir, vissulega, en hvers vegna hættulegir?

Þótt flest okkar hafi getu til að hugsa röklega, höfum við líka tilhneigingu til að forðast það. Of oft er það svo, þegar flókin greining er lögð fram, að svo framarlega sem röktengslin líta út fyrir að vera traust og niðurstaðan passar við okkar eigin fyrirframgefnu hugmyndir, höfum við tilhneigingu til að taka hana gilda án umhugsunar, í stað þess að ögra forsendunum.

Jafnvel þótt rökleg greining geti verið frábær leið til að sýna orsakasamhengi, þá er það ekki megintilgangur hennar. Hún er fyrst og fremst hugsuð sem greiningartól, því á endanum er það ferlið við að byggja upp greininguna sem skiptir máli. Og greiningarferlið snýst alls ekki um að sýna fram á hvers vegna forsendur okkar eru réttar. Þess í stað snýst það um að ögra einmitt þessum forsendum. Ef okkur mistekst þetta er líklegt að við sitjum uppi með rangar ályktanir eða rangar ákvarðanir, sama hversu snjöll eða glæsileg greiningin kann að virðast á yfirborðinu.

Rökhugsun er nefnilega tvíeggjað sverð. Þegar hún er rétt notuð hjálpar hún okkur að greiða úr flækjum og losna við rangar fyrirframgefnar hugmyndir og ryðja þannig brautina í átt að þeim einfaldleika sem á endanum einkennir jafnvel flóknustu kerfi. Þegar hún er rangt notuð getur hún flækt okkur enn frekar í lággróðri rangra forsendna, svo í stað þess að ögra þeim með skýra hugsun og heiðarleika að vopni tökum við þess í stað til við að beita rökfræðinni til að hagræða og réttlæta eigin fyrirframgefnu hugmyndir. Þetta er ástæða þess að sá sem hefur rökhugsun á valdi sínu er bæði vopnaður og hættulegur.

Samkvæmt orðabókinni er rökhugsun (e. reasoning) „... það að draga ályktanir eða komast að niðurstöðum með því að beita skynseminni."[9] Réttlæting (e. rationalisation) er aftur á móti „... það að færa eitthvað til samræmis við skynsemina eða láta eitthvað virðast skynsamlegt".[10]

Í þekktu grundvallarriti sínu um áróður og beitingu hans fjallar franski félagsfræðingurinn Jaques Ellul um tengsl áróðurs og réttlætingar og hvernig sá sem er á valdi áróðurs heldur áfram að réttlæta jafnvel grimmilegustu athafnir og órökréttustu viðhorf sem byggja á honum. *„Að því marki sem maðurinn þarfnast réttlætingar, þá veitir áróðurinn hana."*[11] segir Ellul, og heldur áfram:

„En á meðan hversdagslegar réttlætingar hans eru viðkvæmar gagnvart efasemdum ... eru þær sem grundvallast á áróðrinum óhrekjanlegar og traustar ... Slíkur einstaklingur getur réttlætt allt, ekki aðeins fyrri

---

[9] https://www.merriam-webster.com/dictionary/reasoning

[10] https://www.merriam-webster.com/dictionary/rationalize

[11] Jaques Ellul: Propaganda - The Formation of Men's Attitudes, New York, 1965, bls. 165.

athafnir heldur einnig allt sem hann á eftir að gera í framtíðinni."[12]

Þannig kemur áróður í veg fyrir að einstaklingurinn hugsi; sviptir hann rökhugsuninni, en hvetur hann til réttlætingar. Sá sem er á valdi áróðurs óttast allt sem gæti fengið hann til að efast um þau viðhorf sem áróðurinn hefur innrætt honum, og réttlætingin er vörn hans gegn þeirri ógn.

Afleiðing áróðurs er heimssýn sem ekki er dregin í efa. En áróður er ekki nauðsynlegt skilyrði fyrir slíkri heimssýn. Eins og David Updegrove gerir grein fyrir í bók sinni *Breakthrough to Clear Thinking and Innovation*, þá er yfirleitt mjög erfitt að brjóta rótgrónar hugmyndir á bak aftur, og áður en það gerist er gengið afar langt til að útskýra, réttlæta, hagræða til að dylja ósamræmið gagnvart veruleikanum.

Lykillinn að innihaldsríku lífi er skýr hugsun segir Updegrove og vitnar þar í dr. Eliyahu M. Goldratt. Við erum öll fær um að hugsa skýrt, en við óttumst afleiðingarnar sem það gæti haft. Goldratt talar um fjórar tegundir ótta, ótta við flókin kerfi, ótta við hið óþekkta, ótta við átök og ótta við að missa eitthvað sem er okkur mikilsvert. En til viðbótar þessu er til fimmta tegund ótta, segir Updegrove, og það er óttinn við að lenda í heilögu stríði við kerfið, að ögra forsendunum sem allir aðrir gefa sér og verða ásakaður um villutrú. Það er ekki auðvelt að takast á við þessa síðustu tegund

---

[12] Sama heimild, sama bls.

ótta. Það er líklega ein mikilvægasta ástæðan fyrir því að gallaðar hugmyndir geta lifað öldum saman.[13]

Þótt til séu hagnýtar aðferðir til að takast á við þessar mismunandi tegundir ótta þurfum við úthald til að fylgja hugmyndum eftir til enda, og til þess er hugrekki nauðsynlegur eiginleiki. Til að sigrast á fimmtu tegund óttans þurfum við hugrekki til að horfast í augu við ósamræmi, segir Updegrove. Hann heldur áfram:

„Ein ástæða þess að svo erfitt er að hnekkja sumum vísindalegum hugmyndum er sú að fylgismenn þeirra hætta oft að beita hinni vísindalegu aðferð. Þeir viðurkenna mögulega ósamræmi milli kenninga og sönnunargagna, en í stað þess að ögra kjarnakenningunni hunsa þeir gjarna ósamræmið, líkt og það skipti ekki máli, eða byggja upp (stundum hátimbraðar) hliðarkenningar til að útskýra misræmið eða til að fylla í „eyðurnar".[14]

Tilgangur röklegrar greiningar er að komast að réttum niðurstöðum á grunni strangra rökreglna. Það kostar tíma og fyrirhöfn að læra slíkt, en tíminn og fyrirhöfnin eru ekki stærstu hindranirnar. Í stað þess að nota réttlætingarrök til að sannfæra aðra um fyrirframgefna niðurstöðu snýst skýr hugsun um að ögra sérhverri fyrirfram gefinni hugmynd, sérhverri forsendu, sérhverju orsakasambandi. Og til þess þarf hugrekki, við verðum að þora að að ögra okkar eigin djúpstæðu sýn á heiminn.

---

[13] David Updegrove: Breakthrough to Clear Thinking and Innovation, Auburn, 2022, bls. 111-132.

[14] Sama rit, bls. 113.

Þannig snýst gagnrýnin hugsun ekki aðeins um að sannreyna staðreyndir og hugsa rökrétt og af nákvæmni, heldur snýst hún ekki síður um þá siðferðilegu afstöðu að kjósa að leita sannleikans og að hafa hugrekki til að viðurkenna að maður kunni að hafa rangt fyrir sér. Þetta er grunnmerking fyrri hluta orðasambandsins, "gagnrýnin". Því sú gagnrýni sem gagnrýnin hugsun snýst um er ekki gagnrýni á aðra heldur gagnrýni á eigin fyrirframgefnu hugmyndir. Og á endanum er það einmitt þessi gagnrýni sem er forsenda þess að niðurstöður okkar verði réttar og komi að raunverulegu gagni þegar við tökum ákvarðanir.

Nú þegar gervigreindin býður upp á áður óþekkta möguleika til réttlætingar og áður óþekkta möguleika til að útvista eigin ákvörðunum, jafnvel án tillits til siðferðilegrar þýðingar þeirra er það mikilvægara en nokkru sinni áður að skilja þetta inntak gagnrýninnar hugsunar og ástunda hana markvisst. Skipuleg, rökleg greining byggð á kerfismiðaðri hugsun er eitthvert öflugasta tækið sem við höfum til þess.

Mállíkön og rökleg greining

Hvernig gervigreindin getur umbreytt eigindlegri greiningu

Þar til notkun mállíkananna tók að breiðast út hefur gervigreind nánast eingöngu verið notuð í tölulegum, eða megindlegum (e. quantitative) greiningum. Megindleg líkön krefjast skýrra, skipulegra gagna af nægilegum gæðum. Þetta takmarkar notagildi þeirra, þar sem mest af þeim upplýsingum sem við notum í ákvarðanatökuferlinu eru eigindlegar (e. qualitative) og oft óformlegar (e. tacit); þekking sem byggir á reynslu, innsæi og tengslum. Þó að möguleikar til megindlegrar greiningar haldi áfram að batna, ekki síst með aðstoð gervigreindar, skortir eigindlega greiningu gjarna þá formfestu og nákvæmni sem nauðsynleg er, og þetta hefur neikvæð áhrif á ákvarðanir okkar. Með tilkomu stórra mállíkana er þetta nú að breytast. Ef stjórnendur nýta sér möguleikana sem þessi nýju líkön bjóða upp á, geta þeir bætt verulega greiningarvinnu sína og þar með ákvarðanatöku.

Eigindleg greining er gjarna afar losaraleg. Til að sjá það nægir að renna yfir nokkrar yfirlýsingar um stefnumið, framtíðarsýn og gildi fyrirtækja (höfum augun opin fyrir mótsögnum), greiningar á styrkleikum, veikleikum, ógnunum og tækifærum (verum vakandi gagnvart innstæðulitlu sjálfstrausti), langtímaáætlanir (gætum að óraunhæfum væntingum) og stórar verkefnaáætlanir (skoðum tímaáætlanirnar vandlega). Í stuttu máli, þegar við förum inn á svið þar sem gögn og tölur eru af skornum skammti sitjum við oft uppi með óljós markmið og ótraustar áætlanir. Sama á við um daglega ákvarðanatöku þegar tölurnar vantar og við verðum að treysta á eigindlega greiningu.

Og það er mjög oft sem við verðum að treysta á eigindlega greiningu að meira eða minna leyti, enda er megnið af þeim upplýsingum sem er að finna innan fyrirtækja óformlegar og eigindlegar upplýsingar, þekking sem grundvallast á reynslu og innsæi, vitneskja um reynslu, kunnáttu, hegðun og tengsl einstaklinga.

Það er einmitt hér sem þörfin fyrir skipulega röklega greiningu er mest, en vandinn er að sjaldgæft er að hún sé unnin. Fyrir þessu eru tvær meginástæður. Sú fyrri er að þekking á aðferðunum sem duga er gjarna ekki til staðar. Síðari ástæðan er sú að það er krefjandi og tímafrekt að ná tökum á að vinna slíka greiningu. Þetta veldur því að þær eigindlegu greiningar sem við gerum eru oftast mjög ófullkomnar.

En hér geta mállíkönin valdið byltingu. Við getum nú skissað upp grófa greiningu og látið mállíkanið yfirfara staðhæfingar og röktengsl, benda á villur og leggja til úrbætur. Við þurfum ekki að takmarka okkur við einstakar fullyrðingar því líkönin eiga auðvelt með að lesa myndrænar greiningar í heild. Þannig getum við fengið mállíkanið í lið með okkur og unnið traustar greiningar á broti af þeim tíma sem það annars tæki. Og það sem kannski skiptir hér mestu máli er hvernig líkönin geta komið auga á rangar forsendur sem við erum ekki einu sinni meðvituð um að við gefum okkur.

Rökleg geta mállíkananna er vissulega takmörkuð. Þau hugsa í raun og veru ekki rökrétt, heldur byggja þau svör sín á þeim gögnum sem þau eru mötuð með, og þau gögn eru háð sömu takmörkunum og gjarna einkenna rökhugsun fólks. Framhjá þessum takmörkunum má þó komast, því hægt er með tiltölulega einföldum hætti að gefa líkönunum nákvæmar leiðbeiningar og tryggja þannig að þau fylgi rökreglunum til hins ítrasta. Með þessari aðferð og með því að beita hnitmiðuðum fyrirspurnum geta líkönin náð frábærum tökum á röklegri greiningu.

Þegar mállíkön eru notuð til að yfirfara og aðstoða við röklega greiningu eru það leiðbeiningarnar sem við gefum líkaninu og samskipti okkar við það sem öllu skipta. Því gleggri sem leiðbeiningarnar og skipanirnar eru, þeim mun líklegra er að við fáum gagnlegar niðurstöður. Til að geta gefið líkaninu glöggar leiðbeiningar og skipanir þurfum við bæði að geta orðað hugsun okkar á skýran hátt og við þurfum einnig sjálf að hafa góðan skilning á rökreglunum. Hér koma grunnreglur, eða gildisskilyrði röklega umbótaferlisins að góðum notum, en samantekt um þessar reglur má sjá í Viðauka 1. Á grunni þessara reglna má setja saman eina skipun þar sem líkaninu er leiðbeint, skref fyrir skref þegar það leggur mat á gildi staðhæfingar eða röklegrar fullyrðingar. Hér er dæmi um slíka skipun. Fyrri hluta skipunarinnar er hægt að nota aftur og aftur og skipta út fullyrðingunni sem líkanið er beðið að leggja mat á:

Fylgdu reglunum hér að neðan til að meta hvort fullyrðingin í lokin er röklega gild:

Reglur:

1. *Eru forsendurnar og niðurstaðan settar fram sem heilar setningar, þ.e. innihalda þær frumlag, sögn og andlag?*
2. *Eru forsendurnar og niðurstaðan líklegar til að vera sannar?*
3. *Eru forsendurnar og niðurstaðan skýrt settar fram?*

4. *Eru röktengslin milli forsendna og niðurstöðu skýr?*
5. *Eru forsendurnar nægilegar til að leiða til niðurstöðunnar og ef ekki, hvaða viðbótarforsendur eru nauðsynlegar?*
6. *Eru til aðrar mögulegar forsendur sem gætu leitt til sömu niðurstöðu?*
7. *Verður niðurstaðan ennþá gild ef ein eða fleiri af forsendunum eru fjarlægðar?*
8. *Eru einhver milliskref nauðsynleg til að forsendurnar leiði til niðurstöðunnar?*
9. *Er mögulegt að forsendum og niðurstöðu sé snúið við í fullyrðingunni?*
10. *Inniheldur fullyrðingin hringhendu, þannig að niðurstaðan sé afleiðing forsendunnar og öfugt?*

Samhengi: Umrædda fyrirtækið er alþjóðlegt flugfélag.

Fullyrðing:

Forsenda 1: Við greinum almennt ekki réttilega áhrif ákvarðana sem við tökum.

Forsenda 2: Við höfum tekið ákvörðun um að breyta sölu- og markaðsáætlun okkar.

Niðurstaða: Við greinum ekki réttilega áhrif ákvörðunar okkar um að breyta sölu- og markaðsáætluninni.

Þetta dæmi um framsetningu á reglunum er til viðmiðunar. Mikilvægt er að skoða afraksturinn alltaf vel og gera breytingar á orðalagi reglnanna eftir því sem þörf er á.

Hér eru reglurnar notaðar til að leggja mat á staka rökhendu. En þegar myndræn greining hefur verið sett upp á tölvutæku formi er líka hægt að skila henni inn í mállíkanið og flýta fyrir sér með því að láta það yfirfara öll röktengsl og staðhæfingar í greiningunni í einni skipun.

Til viðbótar reglunum getur verið gagnlegt að setja inn dæmi um æskilega og óæskilega, eða rétta og ranga niðurstöðu eða greiningu. Líkönin eiga yfirleitt mjög auðvelt með að nýta slík dæmi í nýju samhengi.

Líkönin má einnig nota til að gera uppkast að greiningu. Þá er t.d. sett inn í líkanið frásögn og það beðið að setja hana fram á formi greiningar orsaka og afleiðinga. Einnig er hægt að prófa sig áfram með að láta líkanið leggja til mögulegar orsakir eða keðju orsaka að baki tiltekinni afleiðingu.

Þegar mállíkan er notað til að aðstoða við röklega greiningu er best að nálgast það eins og samstarfsmann, spyrja spurninga, endurorða, fá viðbrögð og nálgast þannig niðurstöðuna í gegnum samtal, fremur en að leita eftir stöku svari við stakri spurningu. Þannig næst mesti árangurinn og þannig lærum við best að nýta okkur samskipti við líkönin til að skerpa okkar eigin hugsun.

Mállíkönin eru í stöðugri þróun og mikilvægt er að hafa líka í huga að skilningur líkansins á tilteknu orði, hugtaki eða setningu þarf ekki endilega að vera sá sami og okkar eigin skilningur. Við mannfólkið skiljum ekki allt á nákvæmlega sama hátt, en oft er þessi munur enn meiri þegar við eigum samskipti við mállíkönin. Gott getur verið að ímynda sér að um sé að ræða samskipti við útlending sem hefur ekki full tök á málinu sem talað er. Það er líka mikilvægt að hafa í huga að uppbygging og skýrleiki setninga hefur umtalsverð áhrif á gagnsemi þess að nota líkönin. Því skýrara og nákvæmara sem orðalag okkar er, þeim mun líklegra er að líkanið skilji okkur rétt.

Þegar við hugleiðum hversu mikil áhrif eigindleg greining hefur á ákvarðanatöku okkar sjáum við í hendi okkar hvernig þessi notkun mállíkananna getur stórbætt ákvarðanatöku og árangur skipulagsheilda.

Stór mállíkön geta hjálpað okkur að hugsa skýrar. Og um leið krefst tilkoma þeirra þess af okkur að við hugsum skýrar. Við getum og verðum að nota þau til að bæta okkar eigin greiningarhæfni, og því betri sem þessir hæfni verður, því betri verðum við í að nota líkönin til að bæta hæfni okkar enn frekar. Þetta er tækifærið sem mállíkönin bjóða upp á, sem við getum gripið til að mæta þeim áskorunum sem þau hafa í för með sér. En við verðum að hafa í huga að til að nýta þessa tækni okkur til hagsbóta, verðum við að þekkja og skilja reglur rökfræðinnar. Og við verðum að þjálfa okkur í að beita skipulegri nálgun í ákvarðanatöku og greiningu. Ef við gerum þetta markvisst getum við lyft ákvarðanatöku á annað og áður óþekkt stig.

Að lokum

Tungumálið er í senn grundvöllur skýrrar hugsunar og versti óvinur hennar

„Tungumálið er rót alls misskilnings."

(Antoine de Saint-Exupéry)

„Mannshugurinn þarfnast vissu, fyrirsjáanleika og áherslu á skammtímaákvarðanir, en við þurfum sífellt að taka ákvarðanir til langs tíma í ófyrirsjáanlegu umhverfi sem markast af óvissu."

(Paul Gibbons)

Tungumál er verkfærið sem við notum til samskipta. En orð og setningar geta haft óljósa og tvíræða merkingu og einstaklingar skilja oftast það sem sagt er á mismunandi vegu. Þess vegna leiðir skortur á skýrleika og nákvæmni oft til misskilnings sem aftur leiðir til togstreitu, og ónákvæm notkun tungumálsins getur takmarkað getu okkar til að tjá hugsanir okkar nákvæmlega. Með því að nota aðferðafræði sem grundvallast á röklegri orsakagreiningu getum við skerpt og skýrt samskipti okkar.

Á vinnustaðnum og í einkalífinu lendum við oft í vandamálum sem svo kemur í ljós að eru ekki raunveruleg vandamál, heldur aðeins einkenni undirliggjandi rótarorsaka. Hins vegar höfum við öll mjög sterka tilhneigingu til að stökkva beint frá yfirborðslegri og ófullnægjandi greiningu yfir í aðgerðir sem einungis miða að því að takast á við afleiðingar í stað orsaka. Niðurstaðan er sú að sá árangur sem við leitum eftir raungerist aldrei.

Það kemur líka oft fyrir að vandamálin sem við stöndum frammi fyrir eiga sér nokkrar sameiginlegar rætur, sem ekki eru sýnilegar á yfirborðinu. Þau geta jafnvel öll átt sömu orsök, en vegna þess að okkur tekst ekki að greina orsakasamhengið rétt, finnum við ekki raunverulegar og varanlegar lausnir. Og oft liggur rótin í ágreiningi sem við getum í raun leyst, svo framarlega sem okkur tekst að bera kennsl á hann.

Röklegt umbótaferli hjálpar okkur að skýra hugsun okkar og gera samskipti okkar skilvirkari. Þetta á við jafnt innan skipulagsheilda og í einkalífi. En ferlið hefur einnig verið notað með börnum í kennslustofunni til að leysa ágreining og hjálpa þeim að átta sig betur á eigin markmiðum og hvernig á að ná þeim. Við getum rétt ímyndað okkur forskotið sem við veittum börnum okkar ef við þjálfuðum þau í að hugsa skýrt og rökrétt og að hugsa ákvarðanir til enda.

Og hvað um tvíræðnina, flækjurnar og misskilninginn sem við upplifum sífellt í heimi fullorðinna? Fordómar og hatur, ómarkviss ákvarðanataka sem leiðir okkur í ógöngur? Átökin sem við lendum í bara vegna þess að við hugsum ekki skýrt?

Við öll höfum getu til að hugsa skýrt. Röklega umbótaferlið inniheldur verkfærin til að gera það á markvissan hátt og hjálpar okkur þannig að takast betur á við þann flókna heim sem við lifum í.

Við getum strax hafist handa.

Viðauki 1

Grunnreglur röklegs umbótaferlis

Þegar unnið er með verkfæri röklega umbótaferlisins er grundvallaratriði að fylgja þeim röklegu reglum sem gilda á hverju þrepi í greiningunni. Reglusafnið kallast á ensku "Categories of Legitimate Reservation" sem mætti útleggja sem "flokkar gildisskilyrða". Þessar reglur notum við þegar við mótum greiningar og einnig þegar við yfirförum greiningar, okkar eigin eða annarra. Yfirleitt er fjallað um þessar reglur frá sjónarhóli þess sem yfirfer greininguna og efasemdirnar grundvallast á skilningi hans á því sem sett er fram. Telji lesandi eða hlustandi að einhver þáttur í greiningunni uppfylli ekki eitt eða fleiri þessara skilyrða setur hann fram athugasemd og vísar til viðkomandi skilyrðis. Flokkarnir eru átta talsins:

1. Skýrleikaskilyrði: Skýrleikaskilyrðið tekur bæði til stakra staðhæfinga og til röktengsla. Annars vegar getur nákvæm merking staðhæfingarinnar verið óskýr í huga lesandans eða hlustandans eða hann skilur ekki hvers vegna staðhæfingin skiptir máli. Hins vegar getur verið óljóst í huga hans nákvæmlega með hvaða hætti niðurstöðu leiðir af gefinni forsendu.
2. Tilvistarskilyrði: Annars vegar getur lesandinn efast um að staðhæfingin sem slík sé merkingarbær. Þetta getur grundvallast á því að staðhæfingin er ekki heil setning, lýsir ekki tiltekinni hugmynd að fullu, inniheldur orsakatengsl eða margar ótengdar hugmyndir. Hins vegar getur lesandinn efast um að það sem staðhæfingin vísar til sé raunverulegt.

3. Tilvist röktengsla: Lesandinn efast um að röktengslin sem lýst er séu raunverulega til staðar. Þetta getur annað hvort verið vegna þess að hann efast um að forsendan leiði til niðurstöðunnar og hins vegar vegna þess að ekki er hægt að staðfesta tilvist forsendunnar sjálfstætt.
4. Nægjanleiki röktengsla: Nægir forsendan til að valda niðurstöðunni? Þarf fleiri forsendur til?
5. Önnur forsenda: Gæti önnur forsenda leitt til niðurstöðunnar sjálfstætt og óháð forsendunni sem gefin er?
6. Orsök og afleiðingu snúið við: Er mögulegt að niðurstaðan leiði til forsendunnar en ekki öfugt?
7. Væntar aukaafleiðingar: Ef ekki er hægt að sýna beint fram á tilvist forsendunnar, eru þá til staðar aðrar afleiðingar sem ætti að leiða af tilvist hennar?
8. Hringhenda: Er niðurstaðan forsenda forsendunnar um leið og hana leiðir af henni?

	1. Markmiðsgreining	2. Rökleg rótargreining
Tilgangur	**Skilgreina markmið, lykilárangursþætti og nauðsynleg skilyrði.**	**Skilgreina óæskilegar afleiðingar og leita lykilrótarorsaka að baki þeim. Rótarorsök liggur oft í röngum forsendum eða í togstreitu.**
Spurningar sem spurt er og aðgerðir.	Hvert er markmiðið? Hvað er nauðsynlegt til að ná því (einungis það sem er nauðsynlegt)? Séu lykilárangursþættir ekki til staðar er farið í skref 2 til að greina hver orsökin er.	Hverjar eru rótarorsakirnar að baki óæskilegu afleiðingunum og nægja þær til að valda þeim? Hvernig, nákvæmlega, leiða rótarorsakirnar til afleiðinganna? Ef togstreita liggur að baki er farið í skref 3, annars í skref 4.
Tegund rökleiðslu	**Nauðsynjarök (Til þess að ... verðum við)**	**Nægjanleikarök (Ef ... þá)**
Tékklisti til að sannreyna gildi staðhæfingar eða rökleiðslu (Categories of Legitimate Reservation): Við fylgjum þessum lista nákvæmlega til að tryggja að greiningin sé gild.	Er þörf á frekari útskýringum á forsendunni eða niðurstöðunni eins og þær eru settar fram?	Er þörf á frekari útskýringum á forsendunni eða niðurstöðunni eins og þær eru settar fram?
	Virðast tengsl forsendu og niðurstöðu sannfærandi?	Virðast tengsl forsendu og niðurstöðu sannfærandi?
	Vantar einhver milliskref milli forsendu og niðurstöðu?	Vantar einhver milliskref milli forsendu og niðurstöðu?
	Lýsir staðhæfingin stakri fullmótaðri hugmynd?	Lýsir staðhæfingin stakri fullmótaðri hugmynd?
		Er staðhæfingin formlega rétt uppbyggð, þ.e. inniheldur hún frumlag, sögn og andlag?
	Lýsir staðhæfingin einni hugmynd, án innbyggðrar rökleiðslu?	Lýsir staðhæfingin einni hugmynd, án innbyggðrar rökleiðslu?
	Virðist staðhæfingin gild?	Virðist staðhæfingin gild?
		Leiðir forsendan í raun og veru til niðurstöðunnar þegar fullyrðingin er lesin sem ef ... þá fullyrðing?
		Hvaða aðrar niðurstöður myndi leiða af forsendunni ef hún er gild, og eru þær til staðar?
		Er forsendan nægjanleg til að valda niðurstöðunni eða þarf fleiri forsendur til?
	Er þörf á forsendunni? Er öruggt að niðurstaðan sé ógild ef forsendan er ekki til staðar?	Er þörf á forsendunni? Er öruggt að niðurstaðan sé ógild ef forsendan er ekki til staðar?
		Er forsendan eina mögulega forsendan eða gæti eitthvað annað valdið niðurstöðunni sjálfstætt?
	Veldur forsendan í raun og veru niðurstöðunni, eða er það öfugt?	Veldur forsendan í raun og veru niðurstöðunni, eða er það öfugt?
	Fer röksemdafærslan í hring, þ.e. leiðir niðurstaðan til forsendunnar og forsendan til niðurstöðunnar?	Fer röksemdafærslan í hring, þ.e. leiðir niðurstaðan til forsendunnar og forsendan til niðurstöðunnar?

3. Togstreitugreining	4. Lausnagreining	5. Hindranagreining
Stilla skipulega upp og greina togstreitu sem kann að liggja að baki lykilrótarorsök og leita mögulegra inngripa til að leysa hana.	**Greina hvort inngrip í togstreitu eða beinar lausnir á rótarorsökum nægja til að markmiðið náist. Greina hvernig fást má við mögulegar óæskilegar afleiðingar inngripa.**	**Skilgreina nákvæmlega hvaða skref eru nauðsynleg til að inngrip komist í framkvæmd.**
Hver er togstreitan að baki rótarorsökinni? Er togstreitan í raun og veru til? Eru röktengslin innan togstreitugreiningarinnar gild? Hvað er hægt að gera öðruvísi til að fjarlægja togstreituna? Hugmyndir að lausnum (inngrip) eru mótaðar og síðan greindar á þrepi 4.	Eru inngripin í raun og veru nægjanleg til að leiða til þess að markmiðið náist, eða þarf fleira til? Hvernig leiða þau nákvæmlega til markmiðsins? Leiðir af þeim einhver neikvæð áhrif? Hvernig má bregðast við þeim? Sé þörf á greiningu á því hvað nákvæmlega þarf til svo inngrip raungerist er það greint á þrepi 5.	Hvaða skref þarf að taka til að inngrip raungerist. Eru hindranir í veginum? Hvernig er hægt að fjarlægja þær?
Nauðsynjarök (Til þess að ... verðum við)	Nægjanleikarök (Ef ... þá)	Nauðsynjarök (Til þess að ... verðum við)
Er þörf á frekari útskýringum á forsendunni eða niðurstöðunni eins og þær eru settar fram?	Er þörf á frekari útskýringum á forsendunni eða niðurstöðunni eins og þær eru settar fram?	Er þörf á frekari útskýringum á forsendunni eða niðurstöðunni eins og þær eru settar fram?
Virðast tengsl forsendu og niðurstöðu sannfærandi?	Virðast tengsl forsendu og niðurstöðu sannfærandi?	Virðast tengsl forsendu og niðurstöðu sannfærandi?
Vantar einhver milliskref milli forsendu og niðurstöðu?	Vantar einhver milliskref milli forsendu og niðurstöðu?	Vantar einhver milliskref milli forsendu og niðurstöðu?
Lýsir staðhæfingin stakri fullmótaðri hugmynd?	Lýsir staðhæfingin stakri fullmótaðri hugmynd?	Lýsir staðhæfingin stakri fullmótaðri hugmynd?
	Er staðhæfingin formlega rétt uppbyggð, þ.e. inniheldur hún frumlag, sögn og andlag?	
Lýsir staðhæfingin einni hugmynd, án innbyggðrar rökleiðslu?	Lýsir staðhæfingin einni hugmynd, án innbyggðrar rökleiðslu?	Lýsir staðhæfingin einni hugmynd, án innbyggðrar rökleiðslu?
Virðist staðhæfingin gild?	Virðist staðhæfingin gild? Leiðir forsendan í raun og veru til niðurstöðunnar þegar fullyrðingin er lesin sem ef ... þá fullyrðing?	Virðist staðhæfingin gild?
	Hvaða aðrar niðurstöður myndi leiða af forsendunni ef hún er gild, og eru þær til staðar?	
	Er forsendan nægjanleg til að valda niðurstöðunni eða þarf fleiri forsendur til?	
Er þörf á forsendunni? Er öruggt að niðurstaðan sé ógild ef forsendan er ekki til staðar?	Er þörf á forsendunni? Er öruggt að niðurstaðan sé ógild ef forsendan er ekki til staðar?	Er þörf á forsendunni? Er öruggt að niðurstaðan sé ógild ef forsendan er ekki til staðar?
	Er forsendan eina mögulega forsendan eða gæti eitthvað annað valdið niðurstöðunni sjálfstætt?	
Veldur forsendan í raun og veru niðurstöðunni, eða er það öfugt?	Veldur forsendan í raun og veru niðurstöðunni, eða er það öfugt?	Veldur forsendan í raun og veru niðurstöðunni, eða er það öfugt?
Fer röksemdafærslan í hring, þ.e. leiðir niðurstaðan til forsendunnar og forsendan til niðurstöðunnar?	Fer röksemdafærslan í hring, þ.e. leiðir niðurstaðan til forsendunnar og forsendan til niðurstöðunnar?	Fer röksemdafærslan í hring, þ.e. leiðir niðurstaðan til forsendunnar og forsendan til niðurstöðunnar?

Mynd 1: Yfirlit yfir verkfæri röklega umbótaferlisins.

Á *mynd 1* má sjá yfirlit yfir verkfæri röklega umbótaferlisins ásamt spurningum sem spyrja þarf við uppsetningu og yfirferð hverrar greiningar.

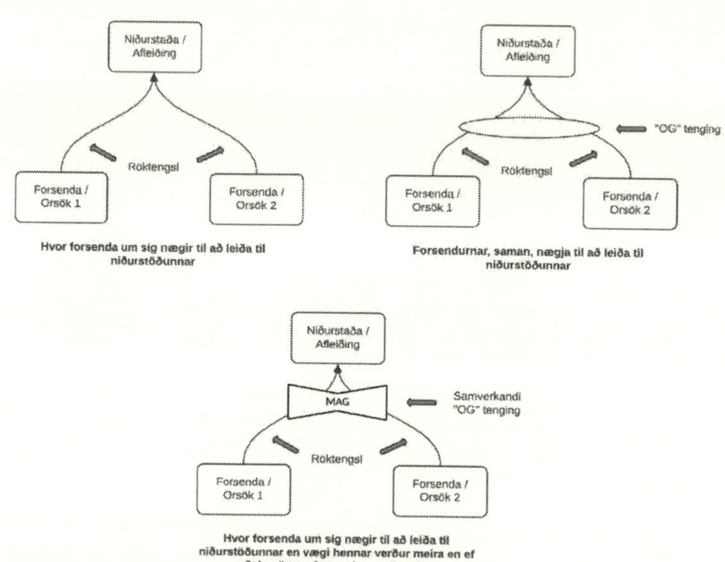

Mynd 2: Tákn sem notast er við eftir tegund röktengsla.

Mynd 2 sýnir þrjár tegundir röktengsla sem notast er við í greiningum sem byggja á nægjanleikarökfræði, þ.e. röklegri rótargreiningu og lausnagreiningu.

Viðauki 2

Hugtök og heiti

Í þessari bók hef ég leitast við að þýða á íslensku þau hugtök og heiti sem notast er við í aðferðafræðinni.Hversu vel þessar þýðingar hafa heppnast verður lesandinn að dæma um, en hér á eftir fer listi yfir íslensku heitin og þau ensku.

Kerfismiðuð hugsun = Systems Thinking

Röklegt umbótaferli = Logical Thinking Process

Markmiðsgreining = Goal Tree

Rökleg rótargreining = Current Reality Tree

Togstreitugreining = Evaporating Cloud (Conflict Resolution Diagram)

Lausnagreining = Future Reality Tree

Hindranagreining = Prerequisite Tree

Staðhæfing = Entity

Fullyrðing = Logical Statement

Markmið = Goal

Lykilárangursþáttur = Critical Success Factor

Nauðsynlegt skilyrði = Necessary Condition

Óæskileg afleiðing = Undesirable Effect

Rótarorsök = Root Cause

Lykilrótarorsök = Critical Root Cause

Flokkar gildisskilyrða = Categories of Legitimate Reservation

Skýrleikaskilyrði = Clarity Reservation

Tilvistarskilyrði = Entity Existence Reservation

Tilvist röktengsla = Causality Existence Reservation

Nægjanleiki röktengsla = Cause Sufficiency Reservation

Önnur forsenda = Additional Cause Reservation

Öfug röktengsl = Cause-Effect Reversal

Væntar aukaafleiðingar = Predicted Effect Reservation

Hringhenda = Tautology

Viðauki 3

Lesefni og námskeið

Meginritið um röklegt umbótaferli er The Logical Thinking Process - A Systems Approach to Complex Problem Solving eftir H. William Dettmer. Í bókinni er farið mjög nákvæmlega í gegnum ferlið með fjölda skýringardæma og æfinga.

Á vefsíðunni The Edge of Reason (https://www.thinksharper.net) má finna fjölda greina og myndbanda um aðferðina. Þar má einnig finna greinargóða samantekt um þau námskeið sem í boði eru, bæði staðnámskeið og fjarnámskeið í heildarferlinu, auk styttri námskeiða í einstökum hlutum þess.

Á Youtube síðu H. William Dettmer (https://www.youtube.com/@BillDettmer) er að finna fjölda myndbandsviðtala og fyrirlestra um röklegt umbótaferli.

Grunnurinn að röklegu umbótaferli var lagður af Dr. Eliyahu M. Goldratt, en í metsölubók hans The Goal - A Process of Ongoing Improvement eru grunnreglur þess gegnumgangandi.

Um höfundinn

Þorsteinn Siglaugsson lauk B.A. prófi í heimspeki frá Háskóla Íslands árið 1992 og MBA prófi frá INSEAD árið 1999. Hann hefur langa reynslu innan hugbúnaðargeirans og af ráðgjafarstörfum, meðal annars á sviði áætlanagerðar og stefnumótunar.

Þorsteinn er leiðandi sérfræðingur í röklegu umbótaferli (Logical Thinking Process) og nánasti samstarfsmaður höfundar þess, H. William Dettmer. Hann stundar ráðgjöf og þjálfun í röklegu umbótaferli og markvissri beitingu gervigreindarlausna auk fyrirlestrahalds víða um heim. Þorsteinn vinnur jafnframt að þróun hugbúnaðar sem nýtir gervigreind til að bæta ákvarðanatöku.

Þorsteinn hefur skrifað fjölda greina um ákvarðanatöku og gervigreind í íslenska og erlenda miðla og heldur úti vefsíðunni Edge of Reason (https://www.thinksharper.net). Hann situr í stjórnum faghópa Stjórnvísi um stefnumótun og árangursmat og um gervigreind. Hann situr einnig í vinnuhópi FP&A Trends Group um gervigreind og í verkefnastjórn Theory of Constraints International Certification Organization (TOCICO) um gervigreind.

Vefsíður og samfélagsmiðlar:

https://www.thinksharper.net,

https://www.facebook.com/profile.php?id=100083394290070

https://www.linkedin.com/in/thorsteinn-siglaugsson-ltp-expert

https://www.youtube.com/@thorsteinnsiglaugsson5121

Made in the USA
Columbia, SC
05 October 2024